പെണ്ണുയിര്

മിന്നത്ത്.കെ എം

BlueRose ONE
Stories Matter

First Published in April 2023

ISBN: 978-93-5704-643-5

BLUEROSE PUBLISHERS

www.BlueRoseONE.com

info@bluerosepublishers.com

+91 8882 898 898

Cover Design:

Vishnu Maya

Typographic Design:

Acrylic paiting

Distributed by: BlueRose, Amazon, Flipkart

മിന്നത്ത് കെ എം.

പരേതനായ പ്രൊഫ.കെ. മൂസയുടെയും ടി.പി. ഫാത്തിമയുടെയും മകളായി 1973 ൽ ജനനം.

ഫിസിക്സിൽ ഡിഗ്രിയും ഫിസിക്കൽ സയൻസിൽ ബിഎഡും ചെയ്തു.

16 വർഷം സൗദി അറേബ്യയിലെ മക്കയിൽ അധ്യാപികയായിരുന്നു.

പിന്നീട് നാട്ടിൽ വന്ന ശേഷം സൈക്കോളജിയിൽ ബിരുദാനന്തര ബിരുദവും നേടി.

ഇപ്പോൾ സാധാരണ വീട്ടമ്മമാരെപ്പോലെ ജോലിയില്ലാതെ ഇരിക്കുന്നു.

ഭർത്താവ്: സക്കരിയ കിഴക്കേതിൽ.

ആറും രണ്ടും = എട്ടു മക്കൾ.

മലപ്പുറം ജില്ലയിലെ പെരിന്തൽമണ്ണ വലിയങ്ങാടിയിൽ (കിഴക്കേതിൽ ഹൗസ്) താമസം.

അവതാരിക.

പെണ്ണെഴുത്തുകൾ എന്ന് അതിർ വരമ്പുകൾ വെച്ചതാരാണോ ആവോ..? കാരണം ഒരു ചട്ടക്കൂടിലുമൊതുങ്ങാതെ ജീവിത്തിന്റെ സമസ്തമേഖലകളേയും തൊടുന്നു മിന്നത്തിന്റെ എഴുത്തുകൾ.

നർമ്മത്തിലൂടെ മർമ്മത്തിലേക്കുള്ള സൂചിക്കുത്താവുന്നു ചില

കഥകളെങ്കിൽ, 'ഇത് ഞാൻ തന്നെയല്ലേ' എന്ന് സന്ദേഹമുണ്ടാക്കുന്നു ചിലത്.

ചിലവയിൽ ഒളിഞ്ഞു കിടക്കുന്ന വേദന ഒരു കനലായി എരിഞ്ഞു നീറുന്നു.

മിക്ക കഥകളിലും കഥാപാത്രമായി തന്റെ നല്ല പാതിയെ കൊണ്ടു വന്നിരിക്കുന്നത് നല്ലൊരു ആശയമായിത്തോന്നി.

'ഹുബ്ബ് റസൂലിൽ' ഒരു പുലർകാല സംഭാഷണത്തിലൂടെ സ്ത്രീയുടെ അവകാശത്തേക്കുറിച്ച് കഥകാരി വേവലാതി പ്പെടുന്നുണ്ട്, സ്ഥാപിക്കുന്നുമുണ്ട്.

എല്ലാവരും മറന്നു പോവുന്ന,അവഗണിച്ചു കളഞ്ഞ അമ്മയുടെ വേദനയെ പരിഹാസത്തിലൂടെ അവതരിപ്പിക്കുമ്പോഴും,എവിടെയോ ഒരു വിങ്ങൽ അവശേഷിപ്പിക്കുന്നു മദേഴ്സ് ഡേ എന്ന രചന.

തന്റെ തന്നെ മരണത്തെ മാറി നിന്നു വീക്ഷിക്കുന്നു

'തിരിച്ചറിവി' ൽ കഥാകാരി

ആത്മബന്ധത്തിന്റെ അണമുറിയാത്ത സ്നേഹത്തിൽ പൊടുന്നനെ നിർത്തുകയാണ് 'മസിയ'യെ.

ജീവിതാനുഭവത്തിന്റെ ഉലയിൽസ്ഫുടം ചെയ്ത മിന്നത്തിന്റെ കഥകൾ കുടുംബത്തിനകത്തും, പുറത്തുമുള്ള സമകാലീനമായ അവസ്ഥകളോട് കലഹിക്കുന്നുണ്ട്. സാഹിത്യ ലോകത്തിന് ഈ കഥകാരിയുടെ തൂലികയിൽ നിന്നുതിരുന്ന അക്ഷരങ്ങൾ മുതൽക്കൂട്ടാവും, സംശയമില്ല.

കഥകൾ വായിച്ചു പുസ്തകം മടക്കി വെച്ച് അൽപ നേരം നമ്മൾക്ക് തനിയെ ഇരിക്കാൻ തോന്നുന്നു, കഥകൾ പിന്നെയും നമ്മെ വേട്ടയാടുന്നു, നിറഞ്ഞു വരുന്ന കണ്ണുകൾ ആരും കാണാതിരിക്കാൻ തലചായ്ച്ചു കളയുന്നു.

ഷബാനാ ബീഗം.

പ്രിയമൊഴികൾ

കഥകൾ പ്രിയരാൽ അവതരിപ്പിക്കപ്പെടുമ്പോൾ :

പ്രിയ കൂട്ടുകാരി മിന്നാ,,,

നിന്റെ അനുഭവങ്ങളിലെ അക്ഷരമുത്തുകൾ ഒരേ സമയം പ്രണയ മഴയായും നോവിന്റെ കനൽപാതയായും ചിറകുകൾ വിരിച്ച് അതിരില്ലാത്ത ആകാശത്ത് പാറി പറക്കുന്നത് പോലെ തോന്നിയിട്ടുണ്ട് പലപ്പോഴും. നർമ്മത്തിന്റെ രസക്കൂട്ടിൽ നഷ്ട സ്വപ്നത്തെയും നഷ്ടപ്രണയത്തെയും മരണത്തെയും പഠനത്തെയും ഒട്ടും മടുപ്പു തോന്നാതെ വായനക്കാരെ പിടിച്ചിരുത്താ നിന്റെ കഥകൾക്കാകുന്നുണ്ട്. നേരിന്റെ വെളിച്ചവും തികഞ്ഞ യാഥാർത്ഥ്യബോധവും ഈ കഥകൾക്ക് മാറ്റുകൂട്ടുന്നു. നിറയെ വായനക്കാരുണ്ടാകട്ടെ,,

നിറഞ്ഞ സ്നേഹത്തോടെ എല്ലാ വിധ ആശംസകളും,

ഡോ.പ്രസന്ന.എ
ലക്ചറർ
ഡയറ്റ്
കാസർഗോഡ്

പ്രിയ കൂട്ടുകാരി മിന്നത്തിന്റെ 'പെണ്ണുയിരി'നായി ആകാംക്ഷയോടെ കാത്തിരിക്കുകയാണ്. ആത്മാംശത്തിന്റെ ചായക്കൂട്ടുകളിൽ മുങ്ങി ഹൃദയത്തോട് സംവദിക്കുന്ന മിന്നത്തിന്റെ രചനകൾ പലപ്പോഴും സമൂഹത്തിനു നേരെ തിരിച്ചുപിടിക്കുന്ന കണ്ണാടിയാവാറുണ്ട്. നർമവും ഗൗരവവും കലർന്ന രചനകൾ അനുവാചകന്റെ ചിന്തകൾക്ക് ആകാശമാക്കാനുള്ള കഥാകാരിയുടെ കഴിവ് അഭിനന്ദനാർഹമാണ്.

പുനർവായനയിലും പുതുമയും വായനാസുഖവും പ്രദാനം ചെയ്യുന്ന മിന്നത്തിന്റെ രചനകളുടെ സമാഹാരം

പുറത്തിറങ്ങുന്നതിൽ അതിയായ സന്തോഷം.

അക്ഷരങ്ങളെ പ്രണയിക്കുന്നവർക്ക് 'പെണ്ണുയിര്' ഒരനുഭവമായിരിക്കു മെന്നതിൽ സംശയമില്ല. എല്ലാ നന്മകളും നേരുന്നു.

സസ്നേഹം

പ്രേമരാജൻ.ഒ.കെ,
സെക്രട്ടറി,
പൊൻമള ഗ്രാമ പഞ്ചായത്ത് .

സ്വന്തത്തിലേക്കുള്ള തീർത്ഥയാത്രയാണ് മിന്നത്തിന്റെ രചനകൾ . സാങ്കൽപികമല്ലാത്ത കഥയും കഥാപാത്രങ്ങളും. കഥാ പാത്രങ്ങളെ സൃഷ്ടിക്കുകയല്ല മിന്നത്ത് ചെയ്യുന്നത്. തന്റെ പരിസരത്തു നിന്നു തന്നെ കഥാപാത്രങ്ങളെ കണ്ടെത്തി സന്ദർഭത്തിനനുസരിച്ച് ചെത്തിമിനുക്കിയെടുക്കുകയാണ് . അതുകൊണ്ടു തന്നെ ഈ രചനകളിൽ അതിഭാവുകത്വമോ അസാധാരണത്വമോ കാണുന്നില്ല. നമ്മുടെ വീടകങ്ങളിൽ നിത്യന നടക്കുന്ന ചെറുതും വലുതുമായ സംഭവ വികാസങ്ങളെ കഥയുടെ മേമ്പൊടി ചേർത്ത് അവതരിപ്പിക്കുകയാണ് മിന്നത്ത്.

മിക്ക കഥളിലും കേന്ദ്രബിന്ദുവായി കടന്നു വരുന്നത് കഥാകാരി തന്നെ. 'ആ യാത്രയിലെ' ഷേബയായും 'എന്റെ ആദ്യ പ്രണയ നൊമ്പരത്തിലെ' ഷാനിയായും അങ്ങനെ എത്രയെത്ര വേഷപ്പകർച്ചകൾ !

കുടുംബമെന്ന വലിയൊരു ക്യാൻവാസിൽ ബന്ധങ്ങളുടെ ഊടും പാവും തീർക്കുന്നതിലും മനുഷ്യവികാരങ്ങൾ സമം ചേർത്ത് വായനക്കാരെ വിരുന്നൂട്ടുന്നതിലും അസാമാന്യമായ കൈത്തഴക്കമുണ്ട് മിന്നത്തിന്. 'ഉത്തമ കുടുംബത്തിൽ' വാക്കും പ്രവൃത്തിയും തമ്മിലെ അന്തരം എത്ര സുന്ദരമായാണ് വരച്ചു ചേർത്തിരിക്കുന്നത്.

സ്ത്രീയെ അടയാളപ്പെടുത്തുന്നതിൽ ബോധപൂർവമായ

ഇടപെടലുകൾ നടത്തിയിട്ടുണ്ട് കഥാകാരി.

സ്ത്രീ ശാക്തീകരണവും ലിംഗസമത്വവും ചർച്ച

ചെയ്യപ്പെടുന്നിടത്ത് 'മൻസിയ' ഒരു പ്രതീകമാകുന്നതും അങ്ങനെയാണ്. മൻസിയയും അവളെ ചേർത്തുപിടിച്ച മിനുവും പകർന്നു തരുന്നത് മനുഷ്യബന്ധങ്ങളുടെയും ഊഷ്മള സ്നേഹത്തിന്റെയും പാരസ്പര്യമാണ്.

പുതിയൊരു വായനാനുഭവമാണ് ഈ കൃതി സമ്മാനിക്കുന്നത്. ജീവിതം, പ്രണയം, നർമ്മം, കലഹം , സ്ത്രീപക്ഷം എല്ലാം പരാമർശിക്കുന്നുണ്ട്. അതുകൊണ്ടു തന്നെ വായനക്കാർക്ക് രസമൊട്ടും ചോർന്നുപോകാതെ വായിച്ചു തീർക്കാമെന്നതിൽ സംശയമില്ല.

ഇതൊരു നല്ല തുടക്കമാകട്ടെ എന്നാശംസിക്കുന്നു.

മുഹമ്മദ് അലി എം.
ഓഡിറ്റ് ഓഫീസർ.
സംസ്ഥാന ഓഡിറ്റ് വകുപ്പ്.
മലപ്പുറം.

മിന്നത്ത്

എന്റെ പ്രിയ സുഹൃത്ത് ഒരു കഥാകാരി എന്നറിയപ്പെടുന്നതിൽ വളരെ സന്തോഷം. മിന്നത്തിന്റെ മിക്ക കഥകളിലേയും സന്ദർഭങ്ങൾ നമ്മൾ നിത്യവും കാണുന്ന ജീവിതാനുഭവങ്ങളുടെ നേർക്കാഴ്ചകളാണ്. അവയിലൊക്കെയും ഒരു കുടുംബിനിയുടെ വേവലാതികളും സങ്കടങ്ങളും തുറന്നു കാട്ടപ്പെടുന്നു.

ഒരു കുടുംബിനിയായി മാത്രം ഒതുങ്ങിക്കൂടി ജീവിതം ആസ്വദിക്കുന്ന ഒരു സ്ത്രീയുടെ ജീവിതാനുഭവങ്ങളാണ് മിക്ക കഥകളിലെയും കഥാതന്തു.

"പഴയിടത്തെ സഫിയാത്ത" എന്ന കഥയിലെ മാതൃത്വം ഇന്നത്തെ ന്യൂജെൻ തിരക്കുകളിൽ അകപ്പെട്ടു പോകുന്ന ഒരു അമ്മയുടെ സങ്കടങ്ങളാണ്, ആവലാതികളാണ്.

"എന്റെ ആദ്യ പ്രണയ കഥ" യിലെ കുടുംബം പുതിയ അണുകുടുംബങ്ങളിലെ എന്തും പരസ്പരം ഷെയർ ചെയ്യുന്ന കുടുംബാംഗങ്ങളുടെ പറയാതെ പറയുന്ന സത്യങ്ങളാണ്.

മിന്നത്ത്, നിന്റെ കഥകളെ കറുത്ത അക്ഷരങ്ങളിൽ അച്ചടിച്ചു കാണാനുള്ള നിന്റെ മോഹം പൂവണിയട്ടെ. എല്ലാ ആശംസകളും.

രേഖ ആർ നായർ

മാനേജർ

സെൻട്രൽ ബാങ്ക് ഓഫ് ഇന്ത്യ

മുംബൈ .

എഴുതപ്പെടാത്ത പ്രിയമൊഴികൾ, പറയപ്പെടാത്ത സ്നേഹാശംസകൾ, ചിറകായ സൗഹൃദങ്ങൾ, വരച്ചു തന്ന ആകാശങ്ങൾ, അങ്ങിനെ എന്റെ കൂട്ടുകാരാണ് എന്നും എന്റെ എഴുത്തിന്റെ കരുത്ത്.

മിന്നത്ത്. കെ.എം.

പ്രാർത്ഥനകളും ആശംസകളും

എന്റെ മകൾ എന്തെഴുതിയാലും വായിക്കാൻ രസമായിത്തോന്നാറുണ്ട്.

ചിലപ്പോഴൊക്കെ ഉള്ളിൽ ഒരു കമലാ സുരയ്യ ഉണ്ടല്ലോ എന്ന് തോന്നും. ചിലപ്പോഴൊക്കെ നിന്റെ മുഖം തന്നെ അല്ലേ കഥയിൽ എന്ന് തോന്നും.

കാക്കക്ക് തൻ കുഞ്ഞ് പൊൻകുഞ്ഞ് എന്നല്ലേ.....

എല്ലാ പ്രാർത്ഥനകളും ആശംസകളും.

ഫാത്തിമ. ടി.പി.

ഞങ്ങൾ മക്കളിൽ ഏറ്റവും പ്രതിഭാസമ്പന്ന മിൻത്താ ആയിരുന്നു. ദൈവീകമായ കഴിവുകൾ ജീവിതസാഹചര്യങ്ങളാൽ പുറത്തു വരാൻ വൈകി എന്നുമാത്രം.

ഇത് നിന്റെ സ്വപ്നസാക്ഷാൽക്കാരം.... ഞങ്ങൾക്ക് അഭിമാനനിമിഷം....

എല്ലാ ഭാവുകങ്ങളും.....

മുന്നോട്ട്... ഇനിയും മുന്നോട്ട്....

ഞങ്ങളെല്ലാം എന്നും കൂടെയുണ്ട്...... നമ്മുടെ ഓരോ മികവുകളിലും അങ്ങേയറ്റം സന്തോഷിച്ചിരുന്ന പ്രിയപ്പെട്ട ബാപ്പച്ചി നമ്മുടെ കൂടെ ഇല്ലല്ലോ എന്ന ദു:ഖം മാത്രം.

ഒരുപാട് സന്തോഷത്തോടെ....

സ്നേഹത്തോടെ....

പ്രാർത്ഥനയോടെ......

ഹസീനത്ത് കെ എം

മിൻത്താ, എഴുതുന്ന ഓരോ എഴുത്തുകളും ഞാൻ

അനുഭവിക്കാറുണ്ട് , വായിക്കുമ്പോൾ ...

ഏതു വിധത്തിൽ നിന്നെ അടയാളപ്പെടുത്തുമെന്ന് ഞാൻ എപ്പോഴും ആലോചിച്ചിരുന്നു.

ഇപ്പോൾ നീ അടയാളപ്പെടുകയാണ്. ഞങ്ങൾ അഭിമാനിക്കുകയും.

എല്ലാ പ്രാർത്ഥനകളും ആശംസകളും.

ഹബീനത്ത് കെ എം.

എഴുത്തുകളെല്ലാം വായിക്കാറുണ്ട്.

ആസ്വദിക്കാറുണ്ട്. എല്ലാ പ്രാർത്ഥനകളും ആശംസകളും .

ഹമീനത്ത് കെ എം.

ഇൻശാ അല്ലാഹ് ഇനി മുതൽ ഈ എളിയവൻ അറിയപ്പെടുന്നത് പ്രമുഖ എഴുത്തുകാരി മിന്നത്ത് കെ.എം ന്റെ ഭർത്താവ് എന്ന പേരിലായിരുക്കും.

All the best
സക്കരിയ്യ കിഴക്കേതിൽ

"all the best wishes mama. . ."
മുഹമ്മദ്
അഹമ്മദ്
മുമിൻ

ഞാൻ എന്നും മാമയിൽ നിന്നും ആഗ്രഹിച്ചിരുന്ന ഒരു കാര്യം ആണ്.ഈ പുസ്തകത്തിലൂടെ സാധ്യമാവുന്നത്. 'മിന്നത്ത്' എന്ന എഴുത്തുകാരിയുടെ ഔദ്യോഗിക ജനനം'. ഇത് ഒരു നല്ല തുടക്കം ആവട്ടെ എന്നും ഇനി പിറക്കാൻ പോകുന്ന കലാസൃഷ്ടികൾ ഒരുപാട് ഉയരങ്ങളിൽ എത്തട്ടെ എന്നും ആശംസിക്കുന്നു.

ആലിയ അസീം.

ഞാൻ ചെറുതായിരിക്കെ, സങ്കടങ്ങളും സന്തോഷങ്ങളും, ദേഷ്യവും വരികളാക്കി എഴുതിവെച്ചത് പലയിടത്തായി കണ്ട് വായിച്ചിട്ടുണ്ട്. പലപ്പോഴും കൊതിക്കുകയും ചെയ്തിരുന്നു, എനിക്കുമങ്ങനെ വരികളെഴുതാൻ ആയെങ്കിലെന്ന്. പിന്നീട് fb യിൽ എഴുതിയിടുന്നത് കാണുമ്പോൾ സന്തോഷമായിരുന്നു, മാമയുടെ എഴുത്തുകൾ നാല് ചുവരുകൾക്കപ്പുറം കടക്കുന്നതിന്റെ സന്തോഷം.

ഇന്നിതാ അഭിമാനം തോന്നുന്നു, എന്റെ മാമയുടെ വരികൾ പുസ്തകത്താളുകളിലാക്കി പ്രസിദ്ധീകരിക്കുകയാണെന്നറിയുമ്പോൾ. എല്ലാവിധ ആശംസകളും പ്രാർത്ഥനകളും

അമൽ സക്കരിയ്യ

മിന്നത്ത് എല്ലാ നിലക്കും വളർന്ന് വരുന്ന ഒരെഴുത്തുകാരിയാണെന്ന് എനിക്ക് അഭിപ്രായമുണ്ട്. എല്ലാ വിധ ആശംസകളും പ്രാർത്ഥനകളും നേരുന്നു.

ആമിന ചേലേക്കോടൻ.

മിന്നുവിന്റെ ഓരോ രചനകളും കാണുമ്പോൾ ഒരു പാട് ആഗ്രഹിച്ചതാണ് അറിയപ്പെടുന്ന ഒരു എഴുത്തുകാരിയായി കാണണമെന്ന്. അത് യാഥാർഥ്യമാവാൻ പോവുന്നു എന്നറിഞ്ഞതിൽ വളരെ അധികം അഭിമാനവും സന്തോഷവും തോന്നുന്നു. ഒപ്പം എല്ലാ വിധ ആശംസകളും നേരുന്നു.

ഷമീം റസ്മിയ.

പേരെഴുതാത്ത പ്രാർത്ഥനകളും ആശംസകളുമാണ് ഏറെ.

പ്രിയപ്പെട്ടവരുടെ പ്രാർത്ഥനയാണ് ഓരോരുത്തരേയും ഉയർത്തി നിർത്തുന്നത്, എന്നെയും.

മിന്നത്ത്.കെ.എം

ആമുഖം ; ആ മുഖം.

പേപ്പറിൽ കറുത്ത നിറത്തിൽ വരച്ചു വെച്ചതെല്ലാം വായിക്കുക എന്നതായിരുന്നു ചെറുപ്പത്തിലെ ശീലം. ഒരുപാടു സുഖ സൗകര്യങ്ങളിൽ വളർന്ന് ജീവിത പ്രാരാബ്ദങ്ങളുടെ കനലുകളിലേക്ക് പതിച്ച എന്റെ ഉമ്മച്ചിയാണ് ഞാൻ കണ്ട ഏറ്റവും വലിയ പോരാളി. ഉമ്മച്ചിയുടെ ജീവിതവും ഉമ്മച്ചി പറഞ്ഞു കേട്ട ജീവിതങ്ങളുമാണ് എന്നിലെ ആദ്യകാല കഥകൾ. ഉമ്മച്ചിയിൽ നിന്നും നിലപാടുകളിലെ ഉറപ്പും മറ്റും ഞാൻ പകർത്തിയെടുത്തത് ജീവിത മധ്യത്തിലാണെന്ന് മാത്രം.

നിശബ്ദമായിരിക്കുമ്പോൾ ചുറ്റുമുള്ള വായുവും മുമ്പിൽക്കാണുന്ന ചുമരും എന്നോട് കഥ പറയാറുണ്ട്. അങ്ങിനെയാണ് ഞാൻ അക്കഥകളിൽ നിന്നും കഥകൾ മെനയാൻ തുടങ്ങിയത്.

ജീവിത സന്ദർഭങ്ങളിൽ വാലും തലയും സങ്കൽപിച്ചു ചേർത്ത് ഞാനെഴുതിയ കഥകൾക്കൊന്നും ...... മുഖം വരച്ചു ചേർത്തിട്ടില്ല. ഒരു കണ്ണാടി പോലെ നിങ്ങൾക്കു നിങ്ങളെയതിൽ കാണാം .

കെ ആർ മീരയെപ്പോലെ "ചോര കിനിയുന്ന സത്യങ്ങൾ നീണ്ടുനിവർന്നു കിടക്കുന്ന" കഥകൾ എഴുതാനൊക്കെ മോഹമുണ്ട്. അതിനുപക്ഷേ കഴിവും ആർജ്ജവവും വേണമല്ലോ?

അതൊക്കെ ഉണ്ടാക്കിയെടുക്കാനുള്ള ശ്രമമായി മാത്രം ഇതിനെക്കണ്ട് പിന്തുണ നൽകുമെന്ന് പ്രതീക്ഷ.

മിന്നത്ത് കെ എം

സമർപ്പണം.

സൃഷ്ടിച്ച് പരിപാലിക്കുന്ന ജഗന്നിയന്താവിന്

പെറ്റുപോറ്റിയ മാതാപിതാക്കൾക്ക്

അക്ഷരം പഠിപ്പിച്ച ഗുരുക്കൾക്ക്

വായിച്ചു നല്ലത് പറഞ്ഞ കൂട്ടുകാർക്ക്

കൂടെ നിന്ന പതിക്ക്

ചിറക് നൽകിയ മക്കൾക്ക്.

ഉള്ളടക്കം.

പ്രണയം

ഒരു വീണ പൂവ്.

എത്ര മനോഹരമായിരിക്കും ഓരോ പ്രണയകാലവും എന്നറിയാൻ ഒരിക്കലെങ്കിലും ഒന്ന് പ്രണയിക്കണം.

കൗമാരപ്രായത്തിലെ ആ മൗന പ്രണയം അവളുടെ ഓർമയിൽ തെളിഞ്ഞു.

ഒരു മധുരമുള്ള ഓർമയിൽ മധ്യ വയസ്സ് പിന്നിട്ട അവളുടെ ചുണ്ടുകളിൽ നിന്നും അറിയാതെ ആ പാട്ടിന്റെ വരികൾ ഉതിർന്നു വീണു.

'ഒരു കരിമൊട്ടിന്റെ കഥയാണ് ഞാൻ

ഒരു വീണ പൂവിന്റെ കഥയാണ് നീ'

അവളുടെ ഓർമകൾ നാലു ദശകങ്ങൾക്കപ്പുറത്തേക്ക് പോയി.

****

വരണ്ട സ്കൂൾ മുറ്റം. കത്തുന്ന വെയിൽ. നാലു ചുറ്റും തീപ്പെട്ടിക്കൂട് അടുക്കി വെച്ചതുപോലെ ക്ലാസ് മുറികൾ. രണ്ടു നിലയുള്ള വാർക്ക കെട്ടിടങ്ങങ്ങൾ. നീളൻ വരാന്തയിലൂടെ നടന്ന് മലയാളം മാഷിന്റെ മുന്നിൽ കാത്തു നിൽക്കുകയാണ് അവർ. കുറച്ചു പേരുണ്ട്. ജില്ലാ കലോത്സവത്തിന് പോകാനുള്ളവരാണ്. അക്കൂട്ടത്തിൽ അവളുണ്ട്. അവനും.

കവിതയാണ് അവളുടെ ഐറ്റം. അവന്റേത് മറ്റെന്തോ..... ഏതായാലും പാട്ടല്ല.

മാഷ് നിർദ്ദേശങ്ങൾ നൽകുകയാണ്. 'നീ മറ്റേ ഒരു കരി മൊട്ട് തന്നെയാണോ പാടുന്നത്' മാഷ് അവളോട് ചോദിച്ചു.

'ഞാൻ കവിതയല്ലേ സാർ പാടുന്നത്' എന്ന് അവൾ ചോദിച്ചു.

അപ്പോഴേക്കും അവനും കൂട്ടുകാരും ചിരിച്ചു . അവൾ തിരിഞ്ഞു നോക്കി. അവൻ അവളെ നോക്കി കണ്ണു ചിമ്മി

'ചുമ്മാ' ...

സ്കൂൾ യുവജനോൽസവത്തിൽ അവൻ പാടിയിരുന്നത് ആ പാട്ടായിരുന്നു 'ഒരു കരിമൊട്ടിന്റെ'

അക്കാര്യം ഓർമ്മ വന്നപ്പോൾ അവൾ വീണ്ടും അവനെ നോക്കി. അവൻ വീണ്ടും കണ്ണുകൾ ചിമ്മി 'സാരമില്ല'

പിന്നീടവൻ ഒന്നും പറയാതെ കടന്നു കളയും വരെയും അവർ പരസ്പരം കണ്ണുകൾ കൊണ്ട് സംസാരിച്ചു.

പ്രണയമായിരുന്നോ എന്ന് ഇന്നും അവൾക്ക് തിരിച്ചറിയാൻ കഴിയാത്ത സംവേദനം.

'ഒരു വീണ പൂവിന്റെ കഥയാണു നീ......'

****

നഷ്ട പ്രണയം.

ആദ്യ പ്രണയം എന്നല്ല. ഒരേ ഒരു പ്രണയം എന്നും പറയാം.

നഷ്ട പ്രണയം എന്നോ പറയാതെ പോയ പ്രണയം എന്നോ പറയാം.

കനത്ത മഴയിൽ .... കാലം തെറ്റിപ്പെയ്യുന്ന കനത്ത മഴയിൽ .... മുറ്റത്തു കളിച്ചു നടക്കുന്ന മകളുടെ കുട്ടിയെ നോക്കിയിരിക്കേ എന്റെ മനസ്സ് ഒരു പാട്കാലം പുറകിലേക്ക് പോയി.

****

പുതിയ സ്കൂളിലേക്ക് മാറി വന്നതേയുള്ളു. പഠിപ്പിക്കാനുള്ള അധ്യാപകരിൽ പലരും ഉപ്പാന്റെ ശിഷ്യൻമാരായത് കാരണം എല്ലാവരും എനിക്ക് നല്ല പരിഗണന തന്നു. അത്യാവശ്യം പഠിക്കുന്നതായതിനാൽ ക്ലാസിലും പെട്ടെന്ന് ഒരു പേരൊക്കെ കിട്ടി. എല്ലാവരോടും പെട്ടെന്നടുക്കുന്ന എന്റെ പ്രകൃതം കാരണം തന്നെ എനിക്കെല്ലാരും പെട്ടെന്ന് തന്നെ കൂട്ടുകാരായി.

മോശമില്ലാതെ പഠിക്കുകയും, പാടുകയും ഒക്കെ ചെയ്യുമെങ്കിലും ആരോടും അധികം കൂട്ടുകൂടാതെ കാണപ്പെടാറുള്ള പൂച്ചക്കണ്ണുകളുള്ള ആ സുന്ദരിയെ ഞാൻ ശ്രദ്ധിച്ചു. അവളുടെ കണ്ണുകൾ എന്നെ നോക്കുന്നതും അറിയാതെ എന്റെ കണ്ണുകളോടിടയുമ്പോൾ എന്നോട് ചിരിക്കുന്നതും ഞാൻ കാണാറുണ്ടായിരുന്നു.

എനിക്ക് പനി വന്ന് ഒരാഴ്ച ലീവെടുത്തപ്പഴാണ് ....

ലീവ് തീർന്ന് ഞാൻ വന്ന ദിവസം അവളോടി വന്നു.

‘എവിടെയായിരുന്നു? എന്താ പറ്റിയേ?’ കിതച്ചു കൊണ്ട് അവൾ ചോദിച്ച ചോദ്യങ്ങൾക്ക് മറുപടിയൊന്നും പറയാതെ;

‘നോട്ടൊക്കെ കുറേ എഴുതിയോ’ എന്നു മാത്രം ചോദിച്ചു.

മനസ്സിനുള്ളിൽ എന്തിനെന്നറിയാത്ത ഒരു തണുപ്പ്.

നോക്കിയെഴുതാൻ വേണ്ടി അവളുടെ നോട്ട്ബുക്കു തന്നെ വാങ്ങിക്കാൻ മറ്റൊരാലോചന വേണ്ടി വന്നില്ല. നോട്ട്ബുക്ക് വാങ്ങി. ഉരുണ്ട അക്ഷരങ്ങൾ നോക്കി പകർത്തിയെഴുമ്പഴെല്ലാം അവളുടെ വിടർന്ന പൂച്ചക്കണ്ണുകൾ ആ പുസ്തകത്താളിൽ നിന്നും എന്നെ നോക്കിച്ചിരിച്ചു.

പിറ്റേന്ന് രാവിലെ വീട്ടിൽ നിന്നിറങ്ങുമ്പോൾ മുറ്റത്തെ പനിനീർച്ചെടിയിൽ നിന്നും ഒരു ചുകന്ന പനിനീർപൂവ് ഇറുത്തെടുത്തു. അവളുടെ പുസ്തകം തുറന്ന് അതിലാ പൂവ് വെച്ചപ്പോൾ കൈ വിറച്ചു. ആ പുസ്തകം അവൾക്ക് കൊടുത്തപ്പോൾ അവളുടെ കണ്ണിലേക്ക് നോക്കി ഞാൻ ചിരിച്ചു. 'താങ്ക്സ്'

അല്പം മുന്നോട്ട് നടന്ന് അവളുടെ സീറ്റിൽ അവളിരിക്കുന്നതും ആ പുസ്തകം തുറന്ന് നോക്കുന്നതും വർദ്ധിച്ച ഹൃദയമിടിപ്പോടെ ഞാൻ നോക്കി നിന്നു.

ആ പനിനീർപൂവ് കൈയിലെടുത്തവൾ തിരിഞ്ഞു നോക്കി. ആ പൂവ് കാൽ ചുവട്ടിലിടുകയോ എന്റെ നേരെ വലിച്ചെറിയുകയോ ഏതായിരിക്കും സംഭവിക്കുക എന്ന ആധിയോടെ അല്പം താഴ്ന്ന കണ്ണുകളോടെ ഞാൻ അവളെ നോക്കി. അവൾ ചിരിയോടെ കണ്ണുകൾ ചിമ്മിക്കൊണ്ട് ആ പൂവിനെ മണത്തു കൊണ്ട് പറഞ്ഞു. ' താങ്ക്സ് '.

പിന്നീടെപ്പൊഴോ പിൻവിളിക്ക് കാത്തു നിൽക്കാതെ അകന്നു പോകും വരെയും ഞങ്ങളങ്ങനെ കണ്ണുകൾ കൊണ്ട് പ്രണയിച്ചു കൊണ്ടേ ഇരുന്നു.

****

പേരക്കുട്ടികളെ കളിപ്പിക്കുമ്പോഴും മനസ്സിൽ ഇടക്ക് ആ പൂച്ചക്കണ്ണുകൾ വന്നുടക്കും.

ആദ്യ പ്രണയം മാത്രമാണോ പ്രണയം?

നഷ്ടമായതു കൊണ്ടാണോ അതിങ്ങനെ നോവിച്ച് ഉള്ളിലിരിക്കുന്നത് ?

എന്റെ ആദ്യ പ്രണയ ണാമ്പരം.

'എന്താ പപ്പാ കോളേജിൽ പോണില്ലേ?'

മോന്റെ ചോദ്യമാണ്.

'പോണം. എന്റെ വണ്ടി ഇന്ന് സർവീസിന് കൊടുക്കയാണ്. മടങ്ങിവരുമ്പോൾ ഞങ്ങളെയും നീ കൂട്ടണേ'

ഞങ്ങൾ രണ്ടാളും ജോലി ചെയ്യുന്നത് ഒരേ കോളേജിലാണ്. ഞാൻ ഫിസിക്സിൽ . ഭാര്യ ഇംഗ്ലീഷ് . മോന്റെ കമ്പനി കോളേജ് കഴിഞ്ഞും കുറച്ചപ്പുറത്താണ്.

വൈകിട്ട് അവന്റെ കൂടെ മടങ്ങുമ്പഴാ ഷാനിദ ചോദിക്കുന്നത്. ' ഇങ്ങളെ കൂടെ പഠിച്ചീന്ന ആ സബിത ഇപ്പോ കോഴിക്കോട് അല്ലേ ഇക്ക ? എനിക്കേയ് അവിടെ ഹോസ്പിറ്റലിൽ ഒരാളുടെ ഡീറ്റയിൽസ് കിട്ടാനുണ്ടായിരുന്നു. മൃദുല ടീച്ചറുടെ മകൾക്ക് ഒരാലോചന. ങളൊന്ന് ഓളെ വിളിക്കോ ... '

' ഞാൻ നമ്പർ തരാം ഇയ്യന്നെ വിളിച്ചോ. അയാൾ കുറച്ച് സ്ട്രിക്റ്റ് ആണെന്നൊക്കെയാ കേട്ടത്. ഇപ്പോ ഓള് ഗ്രൂപ്പിലും ഇല്ല. '

'എന്താ പപ്പാ വല്ല ചുറ്റിക്കളിയും ഉണ്ടായിരുന്നോ പണ്ട് ? '

അവന് കളി. വയസ്സ് 25 ആയെന്നേ ഉള്ളു. ഇപ്പളും കുട്ടിയാന്നാ വിചാരം.

'നീയിപ്പൊ പപ്പന്റെ ചുറ്റിക്കളിയൊന്നും നോക്കണ്ട. നീ ചുറ്റിക്കളിക്കാനും പോണ്ട. അതൊക്കെ ഞങ്ങള് വേണ്ട സമയത്ത് വേണ്ട പോലെ ചെയ്യാം. '

ഞങ്ങളെ വീട്ടിലെ ഹിറ്റ്ലർ ഷാനിയാണ് (എന്റെ ഭാര്യ). മോനിട്ട പേരാണ് ഇത്. ഞാനും അവനും എപ്പഴും കൂട്ടാണ്. അവളുടെ കൃത്യമായ നിയന്ത്രണത്തിൽ മക്കളും ഞാനും ഒക്കെ നല്ലവരായങ്ങനെ ജീവിച്ചു പോണു.

ഒരു ദിവസം കോളേജിൽ നിന്നും വന്ന് ചായ കുടിച്ചോണ്ടിരിക്കുമ്പഴാ ഷാനി ആ ആവശ്യവുമായി അടുത്തു

വന്നത്.

'ഇങ്ങള് ഒരു ആദ്യ പ്രണയ കഥ പറഞ്ഞു തരോ..... നമ്മളെ പ്രായക്കാർ ആലോചിക്കുന്നതായിട്ട് മതി.
ഞാനെഴുതിക്കോളാം. '

പഠിപ്പിക്കുന്നത് ഇംഗ്ലീഷ് സാഹിത്യമാണെങ്കിലും, സാഹിത്യം, പ്രത്യേകിച്ച് പ്രണയമെഴുത്ത്, അവൾക്കത്ര പിടിക്കൂല്ല.

'അല്ല ......ന്റെ പ്രണയകഥ മതിയോ?' അല്പം പേടിയോടെയാണ് ഞാനത് ചോദിച്ചത്.

'അയിന് ഇങ്ങക്ക് പ്രണയിക്കാനൊക്കെ അറിയോ മനുഷ്യാ'

എന്റെ എല്ലാ പ്രണയവും കൊഴിച്ചു കളഞ്ഞ ഒരടിയായിരുന്നു അത്. വിട്ടുകൊടുക്കാൻ പറ്റോ ? 'ഒരു ഹിറ്റ്ലറിയെ ഭാര്യയായി കിട്ടിയപ്പോ എന്റെ പ്രണയമെല്ലാം പൊലിഞ്ഞുപോയി പെണ്ണേ.....'

അവൾക്കതൊന്നും ഏറ്റില്ല. 'എന്തായാലും വേണ്ടില്ല. ഇങ്ങള് പറയിൻ.'

****

അന്ന് ഞങ്ങളെല്ലാരും കൂടി പ്രീഡിഗ്രിക്കാരുടെ ഗെറ്റ്റ്റുഗദറിനായി കൂടിയതായിരുന്നു. ഒരു മാസം മുമ്പുണ്ടാക്കിയ വാട്ട്സ് ആപ്പ് ഗ്രൂപ്പിന്റെ തുടക്കം മുതൽ അവളുടെ മെസേജുകൾ കാണുമ്പോൾ എന്റെ മനസ്സൊന്ന് തുള്ളാറുണ്ടായിരുന്നു.

****

'അല്ല മനുഷ്യാ.... യഥാർത്ഥ കഥതന്നെയാണോ?' പെണ്ണിന് ചെറിയൊരു ഇളക്കമുണ്ട്.

'കഥ പറയാനുള്ള മൂഡ് കളയല്ലേടീ....' ഞാൻ ഒന്നു കണ്ണിറുക്കി.

****

അന്നത്തെ ദിവസം എല്ലാരെയും കാണാൻ കൊതിയുണ്ടായിരുന്നെങ്കിലും എനിക്കവളെ കാണാനായിരുന്നു തിടുക്കം.

തേടിയ വള്ളി കാലിൽ ചുറ്റിയ പോലെ തലേ ദിവസം രാത്രി അവളുടെ വിളി വന്നു.

എന്റെ കൂടെ അവളും വരുന്നെന്ന്. കൂടെ മനാഫും മഞ്ചുവും ഷീബയുമുണ്ട്. നാലെന്താ.... അവളും ഞങ്ങളുടെ കൂടെ കാറിൽ.

കാത്തിരിക്കാൻ പറഞ്ഞ ജങ്ഷനിലേക്ക് ഭർത്താവിനോടൊപ്പമാണ് അവൾ വന്നത്. ഒരു സുമുഖൻ. ഈ 50ാം വയസ്സിലും ചെറുപ്പം. കണ്ടപ്പോൾ മുതൽ അവൾ സംസാരിക്കാൻ തുടങ്ങി. പണ്ടത്തെ അതേ പോലെ. ഒരു മാറ്റവും ഇല്ല . ഞാനന്നും ഇന്നും പണ്ടും വല്യ വർത്താനമില്ല. ശാന്ത സ്വഭാവം. ഉൾവലിഞ്ഞ പ്രകൃതം.

അയാൾക്ക് നായികയുടെ ഭർത്താവിന് അവളുടെ വർത്താനം ഒന്നും അത്ര പിടിക്കുന്നില്ലാന്ന് തോന്നി. നാലും

‘ എത്താനാവുമ്പോ വിളിക്കാട്ടോ ഇക്ക ’ എന്നു പറഞ്ഞ് അയാൾക്ക് കയ്യും കൊടുത്തവൾ എന്റെ കാറിൽ ഷീബക്കും മഞ്ചുവിനുമൊപ്പം പിറകിലെ സീറ്റിൽ കയറി ഇരുന്നു.

കയറി ഇരുന്ന് കൂട്ടുകാരോട് കലപില പറയുന്ന അവളെ കണ്ണാടിയിലൂടെ ഞാനൊന്ന് ശ്രദ്ധിച്ചു.

അവളുടെ നീലക്കണ്ണുകൾ എന്റെ കണ്ണുകളിലുടക്കിയോ? തോന്നലാവും. അവൾ എന്നെ പ്രണയിച്ചിരുന്നോ എന്നു തന്നെ എനിക്കു സംശയമാണ്. പക്ഷേ ഒന്നുറപ്പാണ് ഞാനവളെ പ്രണയിച്ചിരുന്നു. സ്വന്തമാക്കാൻ ആശിച്ചിരുന്നു. അവളുടെ നീലക്കണ്ണുകൾ, പാറിപ്പറക്കുന്ന സിൽക്കിനു തുല്യമായ സ്വർണത്തലമുടി, ഞാനത്യധികം ആരാധനയോടെ കേട്ടു നിന്നിരുന്ന അവളുടെ കുസൃതിച്ചിരി, കലപില വർത്താനങ്ങൾ !!! എല്ലാം ഞാൻ സ്വപ്നങ്ങളിൽ സ്വന്തമാക്കിക്കൊണ്ടേയിരുന്നു.

****

‘ങ്ങള് തരക്കേടില്ല ട്ടൊ. ഈ 48ാം വയസ്സിലും പ്രണയം വരുന്നുണ്ട്.’ ഷാനിക്ക് അല്പം കുറുമ്പു തോന്നുന്ന പോലെ.

‘പ്രണയത്തിനങ്ങനെ പ്രായമൊക്കെ ഉണ്ടോ ഷാനീ ’ ഞാനതു

പറഞ്ഞപ്പോൾ അൽപം തരളിതനായിരുന്നോ ?

എന്റെ അടുത്തിരുന്നു കഥ നോട്ട് ചെയ്യുന്ന അവൾ എന്നെ പ്രണയപൂർവം തലോടി.

ഞാനതത്ര മൈന്റാക്കാതെ കഥ തുടർന്നു.

****

ഞങ്ങൾ സ്കൂളു തൊട്ടേ ഒന്നിച്ച് പഠിച്ചവരാണ്. ഞാൻ അന്ന് അത്യാവശ്യം നന്നായി പഠിക്കും. ഉപ്പയും ഉമ്മയും ടീച്ചർമാർ. വീട്ടിലെ മൂത്ത മകൻ. എന്നെ കാണാനും ഒരു വല്യ ചേലൊന്നും ഉള്ളതായി എനിക്കു തോന്നീട്ടില്ല. പഠിത്തമല്ലാതെ ഒന്നിനും എനിക്കൊരു മിടുക്കുമില്ല. ഒരു നാണം കുണുങ്ങിപ്പയ്യൻ.

8 ൽ പഠിക്കുമ്പഴാ മലയാളം ടീച്ചർ പറഞ്ഞിട്ട് ഞാനൊരു പാട്ട് മത്സരത്തിന് ചേർന്നത്. എനിക്ക് നല്ലോണം പാട്ടറിയാം എന്ന് ആർക്കുമറിയില്ലായിരുന്നു. പാട്ട് കഴിഞ്ഞ് വിയർത്ത് കുളിച്ച് (പേടിച്ചിട്ടാ) ഞാൻ സ്റ്റേജിന്റെ പിന്നിൽ നിൽക്കായിരുന്നു.

'കലക്കി ട്ടോ ആഷീ' എന്നും പറഞ്ഞ് അവൾ ഓടി വന്നു.

'ശരിക്കും?' പേടിച്ചും കൊണ്ടാണ് ഞാനാ ചോദ്യം ചോയ്ചത്.

'പിന്നല്ലാണ്ട് !! ' അവളെന്റെ കൈ പിടിച്ച് കുലുക്കി.

ഞാൻ നിന്ന നിൽപിൽ ആകെയങ്ങ് പൂത്തുലഞ്ഞ പോലെയായി. എന്നെക്കണ്ടിട്ട് എനിക്കു തന്നെ നാണം വന്നു. ആകെ വിയർത്ത് മുഖം കുനിഞ്ഞ് ചുവന്നു വിറച്ച്,

'എന്താ ആഷീ എന്തു പറ്റി? ' ഓൾക്കൊരു കുലുക്കവുമില്ല.

'എടാ ..... നിനക്കിതിന് ഫസ്റ്റ് അടിക്കും ഉറപ്പാ ......' അവളുടെ വർത്താനം തുടർന്നപ്പോൾ ഞാനൊന്ന് കൂളായെന്ന് തോന്നുന്നു. ഞങ്ങള് രണ്ടും കൂടി സദസ്സിൽ പോയിരുന്നു. ഞങ്ങളുടെ കൂട്ടുകാരുടെ ഇടയിൽ ഇരുന്നപ്പോൾ എനിക്കെന്തോ ഒരു കുറ്റബോധം..... എല്ലാരും നല്ല കൂട്ടുകാരാണ്. ഞാനെന്തോ ഒരു കള്ളത്തരം ചെയ്തപോലൊരു തോന്നൽ. എനിക്ക് പ്രണയം തോന്നുകയാണ്..... കൂട്ടുകാരിയോട്, തോന്നരുതാത്ത പ്രണയം!

മനസ്സു വിറച്ചപ്പോൾ മുഖം പ്രതിധ്വനിച്ചുവോ.... എപ്പഴും പേടി തോന്നിത്തുടങ്ങി. എന്റെ കള്ളത്തരം ആരെങ്കിലും കണ്ടു പിടിച്ചാലോ ...... പ്രീഡിഗ്രി ക്ലാസിൽ ഞങ്ങൾ ഒന്നിച്ചായിരുന്നെങ്കിലും ഞാനവരുമായുള്ള കൂട്ടൊക്കെ ഒന്ന് ലിമിറ്റാക്കി.

അധികനേരം രണ്ടാളു വർത്താനം പറഞ്ഞാൽ പേരെഴുതി പ്ളസിട്ടു ഹൃദയം വരച്ചു കോഞ്ഞാട്ടയാക്കിക്കളയുന്ന ടൈപ്പാണ് ഞങ്ങളുടെ കോളേജ് പിള്ളേർ.

പിന്നെ ടീച്ചറുടെയും മാഷുടെയും മകന്റ ഗ്യാങ്ങ് എന്ന പരിഗണന സ്കൂളിൽ ഉണ്ടായിരുന്നു. ഇവിടെ അതും ഇല്ല. ഞാൻ പിന്നെ പഠിത്തത്തിൽ നന്നായി ശ്രദ്ധിക്കുന്നും ഉണ്ട്.

****

'തള്ള് തള്ളേ ..... 'ഷാനി ചിരി തുടങ്ങി.

' ഞാൻ കഥ നിർത്താം. ' ഞാൻ വെയ്റ്റിട്ടു.

'അല്ലിക്കാ ...... ഇങ്ങള് പറയിൻ.'

ഹല്ല പിന്നെ ....

****

ആയിടെ ഒരിക്കൽ ഞാൻ എന്റെ ചങ്ക് ആൽബിയോട് ഈ പ്രണയ രഹസ്യം വെളിപ്പെടുത്തി. അവളുടെ കണ്ണുകളിൽ എന്നോടുള്ള പ്രണയം ഉണ്ടെന്ന് 99% ഉറപ്പായി ഞാൻ കരുതിയിരുന്നു. പക്ഷേ ഒരിക്കൽ പോലും ഞാനവളോടോ അവളെന്നോടോ ഒന്നും പറഞ്ഞില്ല. ഒരിക്കലും.

പക്ഷേ ആൽബി : അവളടുത്തു വെരുമ്പോഴെല്ലാം .... ഒന്നു ചുമക്കുകയോ .... ചിരിക്കുകയോ ഒക്കെ ചെയ്ത് ഞങ്ങളിൽ നിന്നും ഒരകലം വിട്ടു നിൽക്കും. ഞങ്ങൾ പരസ്പരം എന്തേലും സംസാരിക്കും. എന്റെ കണ്ണുകളിലലയടിക്കുന്ന ഭീതിയുടെ ഉള്ളിൽ ഞാൻ പ്രണയം ഒളിപ്പിച്ചു വെക്കും. അവളുടെ കുസൃതിക്കണ്ണുകളിൽ സൗഹൃദം തിരയടിക്കും. പ്രണയവുമുണ്ടല്ലോ എന്ന് എനിക്കുമാത്രം തോന്നും.

ആൽബിക്കവളെ വല്യ ഇഷ്ടമായിരുന്നു. എന്നെയും. അതുകൊണ്ടാണ് സ്വന്തം ഇഷ്ടത്തിന് അവൻ

അവളെക്കുറിച്ചന്വേഷിച്ചത്. ഞെട്ടിക്കുന്ന ഒരുപാട് വിവരങ്ങൾ അവന് കിട്ടിയിരുന്നു. അവനതെല്ലാം തുറന്നു പറഞ്ഞത് എന്റെ വീട്ടിൽ വെച്ച് ഉമ്മ ഞങ്ങൾക്കായിട്ടു തന്ന ചായ കുടിച്ചു കൊണ്ടിരിക്കുമ്പഴായിരുന്നു. കഥകൾ കേട്ട ഉമ്മ പറഞ്ഞതിങ്ങനെ ആയിരുന്നു.

'എത്ര സുന്ദരിയായിട്ടെന്താ.... എത്ര പണമുണ്ടായിട്ടെന്താ... ഉമ്മാരുടെ സ്വഭാവം മോശായാൽ പെങ്കുട്ട്യോൾക്ക് ഒരു നല്ല ആലോചന വരലൊക്കെ ബുദ്ധിമുട്ടാണേയ്. '

'ശ്ശെ! ഒരു ടീച്ചറായ ഉമ്മയിങ്ങനെ പറയണതെന്താ.... ' ഞാൻ അപ്പോ വല്യ പുരോഗമന വാദിയായി.

'അയിന് അനക്ക് വേണ്ടി പെണ്ണാലോയ് ചതൊന്നും അല്ലല്ലോ ..... ' ഉമ്മ പറഞ്ഞ മറുപടിയിൽ നിന്നും ധൈര്യം ഉൾക്കൊണ്ട് ഞാൻ അടുത്ത ദിവസം അവളുടെ മുൻപിലെത്തി. എന്റെ കണ്ണിൽ പ്രണയത്തോടൊപ്പം സഹതാപവും കണ്ട് പിടിച്ചിട്ടുണ്ടാവും അവൾ. ഒരു കാലത്തും കണ്ടിട്ടില്ലാത്ത ഒരു ജാഢയായിരുന്നു അന്നുമുതൽ അവൾക്ക് .... നാലും അവസാന ദിവസം അവൾക്ക് മുമ്പിൽ ഞാൻ നിന്നു. എന്റെ മനസ്സു തുറന്ന് അവളോട് സംസാരിക്കാനായിരുന്നു ആ നിൽപ്പ് .

'ഞങ്ങളെയൊക്കെ ഓർമ്മണ്ടാവുമോ മാഷ്ക്ക് ?'

പതിവ് കലപിലക്കൂട്ടത്തിൽ അവൾ വന്നപ്പോൾ ഞാൻ പറഞ്ഞു. 'ലൈല ഒന്ന് നിൽക്ക് ' എന്തെന്ന ഭാവത്തിൽ എന്നെ നോക്കിയ അവളുടെ കണ്ണുകളിൽ പ്രതീക്ഷക്കും ആകാംക്ഷക്കും അപ്പുറം അലയടിച്ച പ്രണയം ഞാൻ കണ്ടു.

'നീ എന്നെ കാത്തിരിക്കുമോ ? ഞാൻ നിന്നെ എന്റെ കൂടെ കൂട്ടാൻ ? '

അവളുടെ കണ്ണുകൾ തിളങ്ങി. ഒന്നു ചിമ്മിത്തുറന്നു. നീർത്തുള്ളികൾ നിലത്തുവീണുടഞ്ഞു.

'എന്തിനാണു ലൈലാ....നീ കരയണത്? '

അവൾ കണ്ണു തുടച്ചു മുഖമുയർത്തി. 'അതൊന്നും നടക്കൂല മാഷെ ? എന്നെപ്പറ്റി ശരിക്കറിയാണ്ടാ നീ.... ' അവൾ ഒന്നു നിർത്തി. ' ഞങ്ങൾ അടുത്ത വർഷം ഉപ്പാന്റെ നാട്ടിലേക്ക്

മാറുകയാ.... പിന്നെ ഇങ്ങോട്ടേക്കൊന്നും വരലുണ്ടാവൂല. ന്നാ പോട്ടെ ആഷീ... ' നിർത്തിയോടത്ത്ന്നല്ല തുടർന്നത്. ഏറെ ബാക്കി പറയാതെ ഓടിപ്പോവുകയും ചെയ്തു. ഞാൻ തകർന്ന ഹൃദയത്തോടെ നോക്കി നിൽക്കെ അവൾക്കുള്ള ബസ് വന്നു. ബസിൽ ജനലരികിലുള്ള സീറ്റിലിരുന്ന് ...... ജനൽക്കമ്പിയിൽ മുഖം ചേർത്ത് വെച്ച് അവളെന്റെ നേരെ കൈ വീശി, ചിരിച്ചു കൊണ്ട് കണ്ണിറുക്കിക്കാണിച്ചു. ഞാൻ തെല്ലൊരു പരിഭ്രമത്തോടെ തിരിഞ്ഞു നോക്കിയപ്പോൾ ആൽബി കള്ളച്ചിരിയോടെ നിപ്പുണ്ടായിരുന്നു.

****

അവിടെന്ന് പോയതിൽ പിന്നെ പപ്പ ഓരെ കണ്ടതേ ഇല്ലാ?

'ഓര് പിന്നെ പഠിച്ചില്ലേ ? '

'ഇങ്ങളെ പ്രണയമൊക്കെ അതോടെ തീർന്നോ?'

മക്കളും ഉമ്മയും കൂടി ശ്വാസം വിടാത്ത ചോദ്യങ്ങൾ.

'അല്ല ഷാനീ .... ഞാനനക്ക് കഥ പറഞ്ഞു തരാനല്ലേ ഇരിക്കണത്? ങ്ങളെല്ലാം കൂടി ചോദ്യം ചെയ്യണ കേട്ടാൽ ന്റെ കഥയാന്ന് തോന്നുമല്ലോ?' ഞാൻ ഒന്ന് ഉരുണ്ടു കളിച്ചു.

'അല്ല ..... ഇത്ര ഫീലുള്ള കഥയൊക്കെ ഉണ്ടാക്കി പറയാൻ പപ്പക്കറിയോ? ' +2 ക്കാരിയാണ്. നാക്ക് എംഎ ക്കാണ് പഠിക്കണതെന്ന് തോന്നിപ്പോയി.

'ഒന്നു പോയേ രണ്ടാളും . ഇത് ഇങ്ങള് പൂർത്തിയാക്കി പറഞ്ഞ് തരിൻ ഇക്കാ... '

നാളെ കൊടുക്കണം. ' ഹൊ ഓള് സാഹിത്യകാരി ആകാൻ ഉള്ള പുറപ്പാടിലാണ്. '

ഹിറ്റ്ലറി ആജ്ഞാപിച്ചാൽ പിന്നെ മക്കൾക്ക് യാതൊരു എതിരഭിപ്രായവും ഇല്ല. രണ്ടും അവനോന്റെ റൂമിലേക്ക് വലിഞ്ഞു.

ഞാൻ പിന്നെയും കഥ തുടർന്നു. ഷാനി വല്യ ആവേശത്തിലാണ് കേൾക്കുന്നത്. ഇടക്ക് നോട്ട് ചെയ്യാൻ പോലും മറന്നു പോകുന്നുണ്ട്.

****

എല്ലാവരും വ്യത്യസ്ത വഴികളിൽ തിരിഞ്ഞു. പഠനം കഴിഞ്ഞ് ജോലിക്ക് കയറിയപ്പഴാണ് വീട്ടുകാർ കല്യാണാലോചനകൾ തുടങ്ങിയത്. പീജി പഠന കാലത്ത് ആൽബി വഴി അവളുടെ കല്യാണം കഴിഞ്ഞതറിഞ്ഞിരുന്നു.

എന്നിട്ടും കുറേക്കാലം വിവാഹമേ വേണ്ടെന്ന് വെച്ച് ഞാനിരുന്നിരുന്നു. എനിക്കവളെ മറക്കാൻ പറ്റീരുന്നില്ല.

പിന്നെ ജീവിതം ഒരു ഒഴുക്കിന് നീങ്ങിയപ്പോൾ .... കല്യാണം, കുട്ടികൾ ഒക്കെ മുറപോലെ നടന്നു. ഇപ്പോ വയസ്സ് 45 ഉം കഴിഞ്ഞു.

****

'അപ്പോ ഗെറ്റ് റ്റുഗതറിന് കണ്ട കഥയും കൂടി പറയണ്ടേ..... ന്നാലല്ലേ.... ഒരു എന്റിങ്ങ് റെഡിയാവൂ....' ഹൊ ഇവള് ഇന്ന് എന്റെ പുക കണ്ടേ അടങ്ങൂ.... '

****

വാട്സ് ആപ് ഗ്രൂപ് ഉണ്ടാക്കിയപ്പോൾ ആദ്യമായി മനസ്സു പരതിയത് അവളുടെ പേരാണ്. ആൽബിയല്ലാതെ ഒരാൾക്കും അറിയാത്ത രഹസ്യമാണ്. ഞാനും ഒന്നും പറഞ്ഞില്ല.

ഒരു ദിവസം രാവിലെ കണ്ടു ' വെൽക്കം ലൈല. ദി കിലുക്കാംപെട്ടി ഓഫ് ഔർ ഗ്രൂപ്പ് '

മനസ്സ് പണ്ടത്തേ പോലെ അന്നും തുടിച്ചു. പക്ഷേ സ്വാഗതം മാത്രം പറഞ്ഞു. എങ്കിലും അറിഞ്ഞു. കല്യാണം കഴിഞ്ഞു. നാലു കുട്ടികൾ. രണ്ടാണും രണ്ടു പെണ്ണും. ഭർത്താവ് ഒരു കോൺട്രാക്റ്ററാണ്. അവൾ മെഡിക്കൽ കോളേജിൽ നഴ്സും.

സുഖം സ്വസ്ഥം ......

നല്ല സന്തോഷം തോന്നി. അവൾ സുഖായിരിക്കുന്നല്ലോ.....

ഗെറ്റ് റ്റുഗതറിന് കണ്ടപ്പഴാണ് ...... എനിക്ക് വല്ലാണ്ടായത്. സ്വഭാവത്തിന് മാറ്റമൊന്നുമില്ല. പക്ഷേ.... ആളുടെ നീലക്കണ്ണുകളുടെ തിളക്കം മാഞ്ഞപോലെ, മുടി വല്ലാതെ നരച്ച പോലെ, ചിരി മങ്ങിയ പോലെ...... അയാൾക്ക് വല്ലാത്ത കർശന സ്വഭാവം ഉള്ള പോലെ .

'നീ ഇപ്പഴും പഴയതൊക്കെ ആലോചിച്ചിരിക്യാണോ.... നിന്റെ

തോന്നലാണെടേയ് ' ആൽബി എന്നെ കളിയാക്കി.

പക്ഷേ സത്യം മറ്റൊന്നായിരുന്നു. ഗെറ്റ്റ്റു കഴിഞ്ഞ് അടുത്ത ദിവസം അവളെന്നെ ഹോസ്പിറ്റലിൽ നിന്നും ഫോൺ ചെയ്തു.

ഒരു പാടു സംസാരിച്ചു. അവൾ ആ നാട്ടിൽ നിന്നും പോയത് , ഉപ്പാന്റെ അസുഖം, ഉമ്മാന്റെ സ്വഭാവദൂഷ്യം , അവളുടെ പഠനം , ജോലി.... ഉമ്മാന്റെ പേരും പറഞ്ഞ് മുടങ്ങിപ്പോയ കല്യാണങ്ങൾ ...... അങ്ങിനെ അങ്ങിനെ പലതും.

പലപ്പോഴും ഇടറിപ്പോയ ശബ്ദത്തിൽ അവൾ പറഞ്ഞു നിർത്തിയപ്പോൾ ഞാനും വല്ലാതെ വിഷമിച്ചു പോയി.

'നിനക്കിപ്പോൾ സുഖാണോ ലൈലാ.... ' ഒരുപാടു നേരത്തെ കൂട്ടിക്കിഴിക്കലുകൾക്ക് ശേഷമാ ഞാൻ ചോദിച്ചത്.

' സുഖാണ് ആഷീ..... എന്നെ ഇക്കാക്ക് വല്യ കാര്യമാണ്. പക്ഷേ എന്നെക്കുറിച്ച് എപ്പോഴും പേടിയാണ്. ഞാനും എന്റെ ഉമ്മയെപ്പോലെ... ' അവൾക്ക് തൊണ്ടയിടറി.

'ഛെ. അതൊന്നുമില്ല ലൈലാ.... അങ്ങിനെ ഒന്നും ഉണ്ടാവില്ല. നീ സന്തോഷായിട്ടിരിക്ക്. അയാളെ നിനക്ക് ഇഷ്ടമാണല്ലോ.... നിന്നെയും കുട്യോളെയും അയാൾക്കും. അങ്ങനെയൊക്കെയല്ലേടോ.. ജീവിതം. '

ഞാൻ വല്യ തത്വചിന്ത വിളമ്പി.

'നിനക്ക് സുഖല്ലേ.... ആഷീ ? ഞാൻ ഫോട്ടോ ഒക്കെ കണ്ടു. ആളും നിന്റെ പോലെ ടീച്ചറാണ് ല്ലെ' അവൾ വിഷയം മാറ്റി. കലപില തുടങ്ങി.

' അതേടോ.... മക്കളൊക്കെ വല്യതായി. നമ്മക്കൊക്കെ വയസ്സായി..... ' ഞാനും ജീവിതത്തിലേക്ക് തിരിച്ചു വീണു.

'ഞാനൊരു കാര്യം ചോദിച്ചാൽ താൻ സത്യം പറയുമോ? ഞാൻ തന്നെ കല്യാണം കഴിക്കണമെന്ന് താനാഗ്രഹിച്ചിരുന്നുവോ? ' സ്വതേ നാണം കുണുങ്ങിയായിരുന്ന പണ്ടത്തെ ആഷിഖ് ആയി മാറിയതിനാൽ ചോദ്യം എന്റെ തൊണ്ടയിൽത്തന്നെ കുരുങ്ങിക്കിടന്നു. എന്റെ തൊണ്ടക്കുള്ളിലെ ചോദ്യം

കേൾക്കാതെ അവൾ ഫോൺ വെച്ചു.

****

'ഇനിപ്പോ ഇങ്ങള് ന്നെ പ്രേമിച്ചോളി. അതേ ഇപ്പൊ വഴി ള്ളു. ' ഒന്ന് ആക്കി ചിരിച്ചോണ്ട് ഷാനി പറഞ്ഞു.

'അതല്ലേ ഇപ്പൊ ചെയ്തോണ്ടിരിക്കണത് ' ഒരു ഫ്ളോയിൽ പറഞ്ഞു കൊണ്ടവളെ ഇറുകെ പുണർന്നു. പറഞ്ഞു പോയ അബദ്ധം ഓർത്ത് നാക്കു കടിച്ചപ്പഴാ ഷാനീടെ ശബ്ദം. 'ഈ പ്രണയം എനിക്കുള്ളതായിരുന്നു. '

ഞാനവളുടെ നെറുകയിൽ ചുണ്ടുകൾ ചേർത്തു.

****

പിന്നീടൊരിക്കലും അവളെനിക്ക് വിളിച്ചില്ല. വിളിച്ചാൽ ചോദിക്കാൻ ഇപ്പഴും ആ ചോദ്യം ബാക്കിവെച്ചു കൊണ്ട് ഞാൻ ബാക്കി ജീവിതം ആടിത്തീർക്കുന്നു.

****

' അല്ലിക്കാ ..... സത്യത്തിൽ ഈ കഥ ഇങ്ങളെ കഥ തന്നെ അല്ലേ ? പക്ഷേ ഇങ്ങളെ കൂടെ ഒരു ലൈല

പഠിച്ചിട്ടില്ലല്ലോ ...... '

A4 പേപ്പറെടുത്ത് കഥ കഥയാക്കി എഴുതാനിരിക്കുന്നവളാണ് ചോദിക്കുന്നത്.

'പെണ്ണേ കൊഞ്ചാണ്ടിരുന്ന് എഴുതിണ്ടാക്കിക്കോ... അല്ലേൽ ഞാൻ പറഞ്ഞു തന്നതാന്ന് ഞാൻ നാളെ ഡിപാർട്മെന്റിൽ വന്നു പറയും.. '

എന്റെ ഭീഷണി ഏറ്റു. സംഗതി ശുഭം. സീൻ നിശ്ശബ്ദം .❣

സൗഹൃദ ദിനം

കൺവെൻഷൻ സെന്ററിലെ ബെഞ്ചിലിരുന്ന് അവൾ തിരിഞ്ഞും മറിഞ്ഞും നോക്കി.

മുന്നിലും പിന്നിലും ഇരിക്കുന്ന മഹിളാമണികളെല്ലാം വലിയ എഴുത്തിലാണ്.

ഇത്രമേൽ ഏകാഗ്രതയോടെ എഴുതാൻ, ഇവരെല്ലാം പരീക്ഷയോ മറ്റോ എഴുതുകയാണോ എന്ന് സംശയിച്ചു പോയി.

സൗഹൃദത്തെപ്പറ്റി ഒരു കഥയെഴുതാൻ വന്നതാണവൾ.

അവൾക്ക് സൗഹൃദം ഒരു കഥയല്ല, സത്യമായിരുന്നു.

പൊള്ളിയടരാൻ നിൽക്കുന്ന ജീവിതത്തിൽ പുതുമഴ പോൽ പൊഴിഞ്ഞ സത്യം. അതവൾക്കങ്ങനെ കഥയാക്കാനാവുന്നില്ലായിരുന്നു.

ഫോണിൽ മെസഞ്ചറിന്റെ നോട്ടിഫിക്കേഷൻ വന്നു. ചിറകുള്ള കുതിരപ്പുറത്ത് അവനിരിക്കുന്ന ചിത്രം മനസ്സിൽ വന്നപ്പോൾ ചിരിയോടെ അവൾ ഫോണെടുത്തു നോക്കി.

‘ എന്താണ് ...... സ്വപ്നങ്ങളുടെ കൂട്ടുകാരീ ...... വിശേഷം? ഇന്നൊരു വിവരവും അറിഞ്ഞില്ലല്ലോ? ’ അവന്റെ ചിരിയോടൊപ്പമുള്ള ആ മെസേജ് വായിച്ച് അവൾ ചിരിച്ചു.

മനസ്സിൽ ഉന്മേഷം വന്നു നിറഞ്ഞു.

‘കഥയെഴുത്ത് മത്സരമാണ് മോനേ....’ അവൾ സ്മൈലിയാക്കി എടുത്ത ചിരിയിൽ അവളുടെ സ്നേഹം കാണുന്നില്ലെന്ന് തോന്നിയപ്പോൾ അടുത്ത വരിയിൽ അവളെഴുതി.

‘ലവ് യു’ അതിനടുത്ത് അവളൊരു ഹൃദയ ചിഹ്നം പതിച്ചു വെച്ചു.

അവളതു സെന്റ് ചെയ്തു.

‘എന്താണ് കഥയുടെ വിഷയം ? ’ എത്തിയ മെസേജിന് മറു

ചോദ്യം വന്നു.

'സൗഹൃദം ' അവൾ ചിരിച്ചു.

'നമ്മളെക്കുറിച്ചെഴുതൂ ' അവൻ വിടർന്ന ചിരിയോടെ അതു പറയുന്നത് അവളാ മെസേജിൽക്കണ്ടു.

എന്തെഴുതണമെന്ന സംശയം മനസിൽ വന്നപ്പോഴേക്കും അടുത്ത മെസേജ് വന്നു.

' എന്തെഴുതുമെന്ന് സംശയം ല്ലെ ? ' അവൾ പിടഞ്ഞു പോയി.

അവളെഴുതിത്തുടങ്ങി.

****

പ്രിയതരമീ സൗഹൃദം

❣❣❣❣❣❣❣❣

പറയാതെ മനസ്സറിയുന്ന ആ കൂട്ടുകാരനെ അവൾ ചേർത്തുപിടിച്ചു. അവനവളെ പുണർന്നു. അവളുടെ കവിൾ തഴുകി, അവളുടെ കണ്ണിലേക്ക് നോക്കി. 'നീ എനിക്ക് ആരാണ് എന്നാണോ സംശയം? '

'അതെനിക്കറിയാം. മറ്റാരോടും നീതികേട് കാട്ടാതെ, പടച്ചോനു മുന്നിൽ തലകുനിക്കാതെ നിന്നെ എവിടെ പ്രതിഷ്ഠിക്കുമെന്ന് ഞാൻ ഭയന്നു പോവുന്നു. ' അവൾ തേങ്ങി.

അവനവളുടെ കണ്ണുനീർ തുടച്ചുകൊടുത്തു.

****

'ആലോയ്ച്ചിരിക്കാതെ എഴുത് പെണ്ണെ ' എഴുത്തിനിടെ വന്ന മെസേജ് കണ്ടവൾ ചിരിച്ചു പോയി.

കാലം നൽകിയ മുറിവുകളത്രയും പങ്കു വെച്ച കൂട്ടുകാരനെക്കുറിച്ചവൾ കഥയെഴുതി.

****

ഭക്ഷണവും വസ്ത്രവും ജീവിത സൗകര്യങ്ങളുമെല്ലാം മുറക്ക് ലഭിക്കുന്ന ഒരു പെണ്ണ് സംതൃപ്തയായിരുന്നു. ജീവിതത്തിലും

കഥയിലും.

ചേർത്തുപിടിക്കലും തഴുകിയുണർത്തലുമെല്ലാം ശരീരതൃഷ്ണയുടെ ശമനത്തിനായി മാത്രം ലഭിക്കുന്നവളുടെ അസംതൃപ്തി കാണാൻ ആർക്കും കഴിഞ്ഞില്ല.

അസംതൃപ്തിയിൽ നിന്നും സന്തോഷം ചികഞ്ഞെടുക്കാൻ ശ്രമിച്ചവൾ അന്നാളിൽ ചേർന്നണഞ്ഞു.

അശാന്തിയുടെ കാറ്റുകൾ ഒടുങ്ങിയിരുന്നില്ല. ഭർത്താവിൽ സംതൃപ്തിപ്പെടാത്ത ഭാര്യയോ, മക്കളെ സ്നേഹിക്കാത്ത അമ്മയോ ആവാൻ അവൾക്കാകുമായിരുന്നില്ല. കുടുംബത്തെ ശാന്തമായി മുന്നോട്ട് കൊണ്ടുപോകുമ്പോൾ തന്നെ അവളുടെ ഉള്ളിൽ നെരിപ്പോടുകൾ എരിഞ്ഞു കൊണ്ടേയിരുന്നു.

അവളുടെ കഥ മുഴുവൻ അവൻ ശാന്തമായി കേട്ടു. വൈകൃതമുള്ള മുഖങ്ങളെ അരികു മിനുക്കി മനോഹരമാക്കിക്കൊടുത്തു. കത്തുന്ന അഗ്നികുണ്ഡങ്ങളിലേക്ക് അവയണക്കുന്ന ജലപ്രവാഹങ്ങളൊഴുക്കി. അശാന്തിയുടെ തീരങ്ങളിൽ തണുത്ത കാറ്റായി.

തൃഷ്ണയുടെ തീരങ്ങളിലേക്ക് പോലും കളിപറഞ്ഞ് തള്ളിവിട്ടു.

അവളവനെ വീണ്ടും കാണാൻ കൊതിച്ചു. കരങ്ങൾ അവന്റെ കരങ്ങളിൽ ഒതുക്കി വെച്ചു കൊടുക്കാൻ. അവന്റെ സ്നേഹത്താൽ ശാന്തമായ അവളുടെ മനസ്സിനെ അവളുടെ കൈകളുടെ ഒതുക്കത്തിലൂടെ അവന് പകർന്ന് കാണിച്ചു കൊടുക്കാൻ അവൾ കൊതിച്ചു.

****

കടലാസിൽ നിന്നും മുഖമുയർത്തി അവളൊന്നു നിശ്വസിച്ചു.

ഫോണെടുത്ത് അവനോടുള്ള മെസഞ്ചർ ചാറ്റ് മുകളിലേക്ക് സ്ക്രോൾ ചെയ്തു പോയി.

തിരയെ കാത്തിരിക്കുന്ന തീരമെന്ന പോലെ നീ എന്നെ കാത്തിരിക്കുകയായിരുന്നു എന്ന് കേൾക്കാൻ ഞാൻ കൊതിക്കുന്നു:: അവൻ

ഞാനെങ്ങനെ നിന്നെ കാത്തിരിക്കാൻ? നിന്നെ ഞാൻ കണ്ടിട്ടേയില്ല. :: അവൾ

വല്ലാത്തൊരു സാധനം തന്നെ :: അവൻ.

എന്ത് സാധനം ? :: അവൾ

പ്രണയവുമായി മുന്നിൽ നിന്നവനെ കാണാത്ത സാധനം : അവൻ

ഇപ്പോഴോ ? :: അവൾ.

ഇപ്പോൾ കണ്ടിട്ടെന്താണ് പെണ്ണേ ? നിന്നെ സ്വന്തമാക്കണമെന്ന് എനിക്ക് മോഹിക്കാൻ പറ്റില്ലല്ലോ .... നീ മറ്റൊരു ജീവിതത്തിന് സ്വന്തമല്ലേ .....:: അവൻ.

അവൾ മൗനിയായി .... ഫോൺ ഓഫ് ചെയ്ത് വെച്ചു.

പുറത്തേതോ സ്പീക്കറിൽ നിന്നും ആ ഗാനം പുറത്തേക്കൊഴുകി.

ആകാശമായവളേ

അകലേ പറന്നവളേ

ചിറകായിരുന്നല്ലോ നീ

അറിയാതെ പോയന്നു ഞാൻ

....

....

....

ഉടലും ചേർന്നു പോയ്

ഉയിരും പകുത്തു പോയ്

ഉള്ളം പിണഞ്ഞു പോയീ

ഒറ്റക്കിരുന്നത്ര കാറ്റു ഞാനേൽക്കണം

തീരാനോവുമായി

ഓർമ്മയിലാഴ്ന്നെത്ര കാതങ്ങൾ നീന്തണം

നീയാം തീരമേറാൻ

വരികൾ ഹൃദയത്തിലേക്കാഴ്ന്നിറങ്ങി, കണ്ണുനിറച്ചു. എല്ലാ

നോവുകൾക്കും മരുന്നു പറഞ്ഞു തരാറുള്ളവന്റെ നോവ് മാറ്റാൻ തനിക്കു കഴിയുന്നില്ലല്ലോ എന്ന് മനസ്സ് നീറി.........

ഒരിക്കൽക്കൂടി കൈകൾ കടലാസിലൂടെ ചലിച്ചു.

തൂലിക വീണ്ടും ചിത്രം വരച്ചു തുടങ്ങി.

****

അകലെയിരുന്ന് .... തമ്മിൽക്കാണാതെ തന്നെ .... പരസ്പരം അറിയാൻ കഴിയുന്ന .... നോവിൽ തലോടാൻ കഴിയുന്ന ഈ ബന്ധത്തെ നിങ്ങളെന്തു വിളിക്കും?

അരുതെന്നും, അധാർമികമെന്നും വിലക്കിയ സ്നേഹമുള്ള കൂട്ടുകാർ,

കൂട്ടുകാരന്റെ ഉദ്ദേശ്യം മറ്റെന്തോ ആയിരിക്കുമെന്ന് മുന്നറിയിപ്പ് തന്ന പതി, എല്ലാവർക്കുമിടയിലും അവളവനിൽ ആശ്വാസം കണ്ടെത്തി.

ശരീര തൃഷ്ണക്കുമപ്പുറത്താണ് മാനസിക ച്ചേർച്ച എന്നു കണ്ടെത്തി.

അവർ പറഞ്ഞും കേട്ടും സ്നേഹിച്ചു കൊണ്ടേയിരുന്നു.

മാംസനിബദ്ധമല്ലാത്ത രാഗത്തെപ്പറ്റി ചിന്തിക്കാൻ പോലും കഴിയാത്തവർ കലഹിച്ചു കൊണ്ടേയിരുന്നു.

അശാന്തമായ ചുറ്റുപാടുകൾ അവളെ നോവിച്ചു. അവനെ വിട്ടു കളയാൻ അവൾക്കാവില്ലായിരുന്നു.

ഒന്നു കാണാൻ കൈകോർത്തിരിക്കാൻ .... ഒരുപാട് മോഹമുണ്ട് എന്ന് അവൾ വിളിച്ചു പറഞ്ഞു.

ഒരു കൂടിക്കാഴ്ച അവൾക്ക് കൂടുതൽ ദോഷം ചെയ്യും എന്ന് കരുതി അവൻ ഒഴിഞ്ഞുമാറി.

എന്നും ചുറ്റുപാടുകളോട് കലഹിച്ചവൾ അന്ന് നിശ്ശബ്ദയായി ആ ഉമ്മറക്കോലായിൽ നീണ്ടുനിവർന്നു കിടന്നു. കിതപ്പോടെ ഓടി വന്നവൻ ചുമരു ചാരി നിന്നു.

'കാണണോ?' എന്ന് അരികത്തിരുന്നയാൾ ചോദിച്ചു. അവനൊന്ന് നോക്കി. അവൾ എന്നും കൊതിച്ചിരുന്നത് പോലെ അയാൾ തന്നെ അടുത്തിരിക്കുന്നു. മുഖം

തഴുകുകയും മുഖത്തിന്റെ തുണി ഉയർത്തി ആളുകൾക്ക് കാണിച്ചു കൊടുക്കുകയും ചെയ്യുന്നുണ്ട്.

കണ്ണിൽ നിന്ന് കണ്ണീർ പൊഴിയുന്നുണ്ട്.

അവളുടെ വാക്കുകൾ അവനോർത്തു 'എന്തൊക്കെയായാലും ഹിസ് ഫസ്റ്റ് പ്രയോറിറ്റി ഈസ് മീ ഞാനങ്ങിനെ ആക്കി എടുത്തതാണ് '

അവന്റെ കണ്ണു നിറഞ്ഞു. കണ്ണുകളാൽ ചുറ്റുമൊന്ന് പരതി. അവളുടെ മക്കളൊക്കെ എവിടെയാണോ?

അവളെപ്പോലെ വിടർന്ന കണ്ണുകളുള്ള മകൾ അടുത്തേക്ക് വന്നു. ' ഇത് മമ്മ അങ്കിളിന് തരാൻ വേണ്ടി ഏൽപ്പിച്ചതാണ്. അങ്കിൾ വരുമായിരിക്കുമെന്ന് മമ്മ പറഞ്ഞിരുന്നു. ' അവൾ തേങ്ങി.

അവനാ പെൺകുട്ടിയെ ചേർത്ത് പിടിച്ചു. നെറുകയിൽ മുത്തി.

അവളുടെ പതിയോട് യാത്ര പറഞ്ഞു പുണർന്നു. അടുത്ത ജന്മത്തിൽ എനിക്ക് വേണം അവളെ എന്ന് മൗനമായി യാചിച്ചു കൊണ്ട് കണ്ണുതുടച്ചു.

പുറത്തിറങ്ങി നടക്കവേ അവനാ പൊതി അഴിച്ചു നോക്കി. ആകാശങ്ങൾ ചിത്രത്തുന്നലാൽ പിടിപ്പിച്ച ഒരു പുതപ്പായിരുന്നു അത്.

ശുഭം.

****

ഒരു ചിരിയോടെ അവളെഴുതിനിർത്തി.

പേജുകൾ ഫോട്ടോയെടുത്ത് അവനയച്ചു കൊടുത്തു.

പേപ്പർ തിരിച്ചു കൊടുത്തു .... സദസ്സിൽ പോയിരുന്നു.

വേദിയിൽ കവിതകളുടെയും ഗാനത്തിന്റേയും മത്സരം തുടങ്ങുകയായിരുന്നു.

കവിതകളിലൂടെയും പാട്ടുകളിലൂടെയും മനസ്സ് പറത്തിവിട്ട് കണ്ണടച്ചിരുന്നവളുടെ തലക്ക് നല്ലൊരു കൊട്ടുകിട്ടി.

പതിയെ കണ്ണു തുറന്നവൾക്ക് മുന്നിൽ അവൻ.

‘വൗ..... ജാൻ ......നീ....? ’ അവൾ ചാടിയെണീറ്റു.

‘നീയെന്താ .... കഥയെഴുതി ആളെക്കൊല്ലുവാണോ? ’ അവൻ ദേഷ്യത്തിലാണ്.

‘സോറി ജാൻ. കഥയല്ലേ ...... ദേഷ്യപ്പെടല്ലേ ...... ’ അവൾ ചിണുങ്ങി.

‘ഹയാ....... നെഗറ്റീവുകളെഴുതരുത് എന്ന് ഞാൻ നിന്നോട് പലവട്ടം പറഞ്ഞിട്ടുണ്ട്. ’ അവൻ ഗൗരവം തുടർന്നു.

അവളവന്റെ കൈ പിടിച്ചു സ്വന്തം കൈകൾക്കുള്ളിലാക്കി. അവൻ ഒന്നു കുടഞ്ഞെങ്കിലും പിന്നെ ശാന്തനായി.

‘ഇരിക്ക് ഹയാ..... ’ അവരിരുവരും പിൻനിരയിലെ കസേരകളിലിരുന്നു.

‘എനിക്കത് വായിച്ചിട്ട് ...... സങ്കടവും .... ദേഷ്യവും.... സഹിക്കാൻ പറ്റിയില്ല. ’ അവനൊന്ന് തലകുടഞ്ഞു.

‘ഇറ്റ്സ് ഓക്കെ. ഇക്ക പുറത്ത് കാത്ത് നിൽക്കുന്നുണ്ടാവും. പോയാലോ ’ അവളെണീറ്റു നടന്നു.

‘ഹസൂരിയ മാഡം പോവാണോ ’ എതിരേ വന്ന ടീച്ചർ ചോദിച്ചു. അതേ എന്നവൾ തലകുലുക്കി.

‘ഇതാരാ മാഡം...... ’ അവർ വീണ്ടും ചോദിച്ചു. അവൾ അവനെ നോക്കി. അവൻ അവളെയും.

‘മൈ സ്പെഷ്യൽ ഫ്രന്റ്. ’ അവൾ ചിരിച്ചു.

ടീച്ചർ യാത്ര പറഞ്ഞു പോയി.

കാറിൽ ചാരി അവരെ കാത്തുനിൽക്കുകയായിരുന്ന അവളുടെ ഇക്കാടടുത്തേക്കവർ നടന്നു. ‘സഫീർജാനെപ്പഴാ വന്നത് ? ’ അവന് കൈ കൊടുത്തു കൊണ്ടയാൾ ചോദിച്ചു.

‘അല്പ നേരായി ..... ഞാനെന്നാൽ പോയാലോ .... ’ അവനവൾക്ക് കൈ കൊടുത്തു. അവൾ തലയാട്ടി.

അവനെ കാത്തു നിൽക്കുകയായിരുന്ന സുരേഷ് സാറും ആ ചോദ്യം ചോദിച്ചു. ‘അതാരാ ’ ....

‘മൈ സ്പെഷൽ ഫ്രന്റ് ’ അവനും അതാവർത്തിച്ചു.

ചില ചോദ്യങ്ങൾ നമ്മിൽ ഉണ്ടാക്കുന്നത് കാലത്തിന്

അന്യവൽക്കരിക്കപ്പെടാനാവാത്ത ബോധ്യങ്ങളെയാണ്.

അപ്പോൾ ഏറ്റവും കൂടുതൽ മനസിൽ സൃഷ്ടിക്കപ്പെടുന്ന
ചോദ്യം

പരസ്പരം ആരാണെന്നതാണ് ....

അവളവന്ന് ആകാശമായിരുന്നു.

അവനവളുടെ ചിറകുകളും .

ആ യാത്രയിൽ

അങ്ങാടിപ്പുറത്ത് കാത്തു നിൽക്കാം എന്നാണ് റമീസ് പറഞ്ഞത്. ഇക്ക സ്റ്റേഷനിൽ ഇറക്കാം എന്നു പറഞ്ഞതോടെയാണ് അത് മാറ്റിയത്.

പുറത്ത് കനത്തു പെയ്യുന്ന മഴയിലും കാറിനുള്ളിൽ അവൾ വിയർത്തു കുളിച്ചു.

'എപ്പളും ഒറ്റക്ക് പോണതാണ്. ന്നാലും ബേജാറ് മാറൂല ല്ലേ അനക്ക്? ' അവളുടെ മുഖത്തേ ടെൻഷൻ കണ്ട് സുബൈർ ചോദിച്ചു.

അവളുടെ ഉള്ളിലെ കനലെന്തിനാണെന്ന് അവന് അറിയില്ലായിരുന്നു.

ഉയിരോളമാണ് അവനോടുള്ള ഇഷ്ടവും കടപ്പാടും. അവനോട് ഒളിക്കുന്ന ഒന്നും ഇന്നുവരെ ജീവിതത്തിൽ ഇല്ല. എല്ലാ സുഹൃത്തുക്കളേയും അവന് പരിചയമാണ്.

പക്ഷേ ഇന്ന് കാണാൻ പോകുന്ന മുഖം മാത്രം അവനോട് അനാവരണം ചെയ്തിട്ടില്ല.

തികച്ചും മാന്യമായ സൗഹൃദം, പക്ഷേ കൂട്ടിയോജിപ്പിക്കുന്ന കണ്ണി f b മാത്രം. അത് സുബൈറിന് വെറുപ്പാണ്.

തന്റെ എഴുത്തിനെയും സംസാരത്തെയും വാനോളം പുകഴ്ത്തിപ്പറയുന്ന ഒരാൾ ...... അതും സുബൈറിന് വെറുപ്പാണ്.

തന്റെ വാക്കുകൾക്ക് വിലകൽപിച്ച് അതു കേൾക്കാൻ ഒരുത്തൻ നാഴികകൾ താണ്ടി കൂടെ വരികയാണ്. അതിലവൾക്ക് വല്ലാത്ത ഉൾപുളകമുണ്ടായി. അവളുടെ കണ്ണുകൾ തിളങ്ങി. മുഖം മനസ്സിനെയറിഞ്ഞൊന്ന് .... പരിസരം മറന്ന് ചിരിച്ചു പോയി.

' ഏതായാലും കവിയരങ്ങ് ഗംഭീരാവട്ടെ '

അവളുടെ ചിരിയിലേക്ക് സുബൈർ കൈ നീട്ടിത്തൊട്ടു.

അവളവന്റെ കൈകളിൽ അമർത്തിപ്പിടിച്ചു.

പടച്ചതമ്പുരാന്റെ മുന്നിൽ തലകുനിക്കേണ്ടി വരുമോ എന്ന് ഉള്ള് വിങ്ങി. പെട്ടെന്നുണ്ടായ ഒരുൾപ്രേരണയിൽ അവന്റെ കൈകളിലൂടെ അവനിലേക്ക് ചാഞ്ഞ് ആ കവിളിൽ തലോടി, പിന്നെയവിടെ അമർത്തിച്ചുംബിച്ചു. അവനിൽ നിന്നും പ്രതികരണമുണ്ടാവും മുമ്പ് തന്നെ ചിരിയോടെ കുട നിവർത്തി മഴയിലേക്കിറങ്ങി.

നനയാത്ത ഇടം നോക്കി മാറി നിന്നു ചുറ്റുമൊന്ന് നോക്കി.

മുഖമറിയാത്ത ഒരാളെയാണ് തേടുന്നത്. അത് പുറമെയുള്ളവർക്ക് മനസ്സിലാകാനും പാടില്ല!

ഉള്ളു നിറയെ വേവലാതിയോടെ ... മുഖത്ത് നിറയെ അനായാസത നിറച്ചു കൊണ്ട് അവൾ ഫോണെടുത്തു. നമ്പർ ഡയൽ ചെയ്യും മുൻപ് തന്നെ ഫോൺ റിംഗ് ചെയ്തു.

'നിന്നെ ഞാൻ കാണുന്നുണ്ട് ഷേബാ ...... ട്രെയിനിൽ കയറിക്കോളു. ഞാനടുത്ത്തന്നെ വന്നിരിക്കാം. ' ഹലോ പോലും പറയും മുൻപ് അവന്റെ ശബ്ദം കേട്ടു.

ട്രെയിനിലേക്ക് കയറി സീറ്റ് നമ്പർ നോക്കി ഇരുന്നു. തൊട്ടടുത്ത സീറ്റിലേക്ക് ഒരു ചെറുപ്പക്കാരൻ വന്നിരുന്നു. ഷേബ ഒരു സംശയത്തോടെ അയാളെ നോക്കി.

ഇല്ല. ഇയാൾക്ക് 22 വയസൊക്കെ പ്രായമേ തോന്നുന്നുള്ളു. പഠിക്കുകയോ മറ്റോ ആണെന്നു കണ്ടാൽ തോന്നും........ ഷേബ മനസ്സിൽ കണക്കുകൂട്ടി.

' എവിടെക്കാ? ' ചെറിയൊരു സങ്കോചത്തോടെ അവനോടു ചോദിച്ചു.

'തൃശൂർ' എന്ന മറുപടിയോടൊപ്പം തന്നെ മറ്റൊരു ശബ്ദം കൂടി കേട്ടു. 'ഷേബാ എനിക്ക് അപ്പുറത്തെ കാബിനിലെ വിന്റോസീറ്റാണ്.....ഇനിയെന്താപ്പൊ .... ' കറുത്ത പാന്റും വെളുത്ത ടീ ഷർട്ടും ധരിച്ച കരുത്തനായ ആണൊരുത്തൻ. കഴിഞ്ഞ രണ്ട് മാസമായി പരിചിതമായ സ്വരം. തിളങ്ങുന്ന കണ്ണുകൾ കുറച്ചു നാളായി കരുതലും സ്നേഹവും ബഹുമാനവും നൽകി മറഞ്ഞിരുന്ന സുഹൃത്ത്.

ഷേബ സ്വയം മറന്ന് അവനെ നോക്കി നിന്നു . 'റമീസ് '
അവളുടെ ശബ്ദം അതിശയത്തോടെ പുറത്തു
വന്നപ്പോഴേക്കും അവൻ 'ഞാനപ്പുറത്തുണ്ടാവും ' എന്ന്
പറഞ്ഞു കൊണ്ട് കള്ളച്ചിരിയോടെ അവളെ നോക്കി കണ്ണു
ചിമ്മി. അവളും ഒന്നു ചിരിച്ചെന്നു വരുത്തി.

'എവിടേക്കാ ട്രിവാൻഡ്രത്തേക്കാണോ? ' ആ
ചെറുപ്പക്കാരനോടവൻ ചോദിച്ചു. 'അല്ല തൃശൂർക്കാണ് ' എന്ന്
അവൻ പറഞ്ഞപ്പഴേക്കും

'എന്റെ സീറ്റ് അതാണ് . ബുദ്ധിമുട്ടില്ലെങ്കിൽ
അവിടേക്കിരിക്കാമോ ' എന്ന് ചാടിക്കേറി ചോദിച്ചു.
സ്വസ്ഥമായിരിക്കാൻ വിന്റോ സീറ്റ് കിട്ടിയപ്പോൾ ആ
ചെറുപ്പക്കാരൻ വേഗമങ്ങോട്ട് മാറി. 'ഹാവു 'എന്ന് പറഞ്ഞു
കൊണ്ട് റമീസ് അവൾക്കരികിലിരുന്നു.

'അച്ചെങ്ങായി മാറിത്തന്നീല്ലെങ്കിൽ എല്ലാ പ്ലാനും
പൊളിഞ്ഞോവായ്നും. '

പറഞ്ഞു ചിരിച്ചു കൊണ്ട് റമീസ് ഷേബയെ നോക്കി.
അവൾക്ക് ചിരിവന്നു.

'ഇങ്ങളെന്താ പെണ്ണ്ങ്ങളേ ചിരിക്ക്ന്നെ?' അവൻ തെല്ലു
പരിഭവത്തോടെ മുഖം വീർപ്പിച്ചു. അതു കാണെ അവൾ
പൊട്ടിച്ചിരിച്ചു.

'എന്ത് പ്ലാൻ?' അവളൊന്നുമറിയാത്ത ഭാവത്തിൽ ചോദിച്ചു.

'ഒറ്റക്കുത്തങ്ങ് തരും ഞാൻ .... എണാകുളം വരെ ഉള്ള
യാത്രയിൽ ജീവിതകഥ ആട്ടുങ്ങോട്ടും പറയാന്ന് പറഞ്ഞിട്ട്? '
അവൻ വീണ്ടും കൊച്ചു കുട്ടികളെപ്പോലെ മുഖം വീർപ്പിച്ചു.

അവന്റെ ആ മുഖഭാവത്തെ ആസ്വദിച്ചു കൊണ്ട് കരുതലോടെ
അവളവന്റെ മുഖത്തേക്കു തന്നെ നോക്കി.

'ങ്ങള് ഞ്ഞ നോക്കിപ്പഠിക്ക്യാ? ' അതും കൂടി കേട്ടതോടെ
അവൾ ചിരിയോ ചിരി.

'അല്ല റമീസ് ഞ്ഞ ആട്ടുങ്ങോട്ടാക്കി സുയിപ്പാക്കോ നീയ്?'
അവന്റെ കോഴിക്കോടൻ ഭാഷയുടെ താളത്തിൽ
പറഞ്ഞുകൊണ്ട് അവൾ കളിയാക്കി.

‘വേണേൽ നന്നാക്കി പറയാനൊക്കെ ക്കറിയാ .... പക്ഷേ ഉള്ളിൽക്ക് ഒരടുപ്പം തോന്നൂലാന്ന്. ’ അവൻ നിസ്സഹായത വെളിപ്പെടുത്തി.

‘ശരി ന്നാ ഫ്രന്റ്സ് ’ അവൻ കൈ നീട്ടി. അവന്റെ നീട്ടിപ്പിടിച്ച കൈകളിലേക്ക് അല്പം ശങ്കയോടെ അവൾ കൈ ചേർത്തു. 32 വയസ്സിന്റെ കഠിന ജീവിത യാഥാർത്ഥ്യങ്ങൾ ഉരച്ചു പരുക്കനാക്കിയ അവന്റെ കൈകളിൽ 40 ലും ചുളിവു വീഴാത്ത അവളുടെ കൈകൾ ഒതുങ്ങി നിന്നു . അവൾ ചിരിച്ചു. അവനും.

‘അല്ലേ...... ന്നിട്ടെന്തൊക്കെ?’ അവൻ സ്വതസിദ്ധമായ ചിരിയോടെ ചോദിച്ചു.

‘ങ്ങള് ഫോട്ടോല് കാണ്ന്നേനെക്കാളുമൊക്കെ സുന്ദരിയാട്ടൊ........ ഇങ്ങളെ ഈ ഗ്ലാമറിന്റെ രഹസ്യമെന്താ? ’ ചിരിച്ചു കൊണ്ട് തുടർന്നു പറഞ്ഞവന്റെ തലക്കിട്ടൊരു കൊട്ടുകൊടുത്തവൾ മുഖം വീർപിച്ചു.

‘ഞാനൊരു സത്യം പറഞ്ഞേന് ങ്ങള് ഞ്ചെ തല കുത്തിപ്പൊളിക്യാ .... എന്താ .....ന്ന് ’

അവൻ ചിരിതന്നെ.

‘അതുപോട്ടെ റമീസ് നീ പറ .... നിന്റെ പ്രശ്നങ്ങൾ, ജീവിതം. എല്ലാം നേരിട്ട് കേൾക്കാനല്ലേ ഈ സംഗമത്തിന് പോകാൻ ഞാൻ നിന്റെ കൂടെ വന്നത്?’ അവൾ കാര്യത്തിലേക്ക് കടന്നു.

‘നിങ്ങൾക്ക് എന്തോ ദേഷ്യം തോന്നുന്നുണ്ടോ? നിങ്ങൾ ആകെ പുഴ്പ്പായോണണ്ട് മുഖം കണ്ടാൽ ’ അവൻ വിഷയത്തിൽ നിന്നും തെന്നിമാറി.

‘നോക്ക് റമീസ് നിന്നെ കണ്ണടച്ച് വിശ്വസിച്ചിട്ടല്ല ഞാൻ നിന്റെ കൂടെ വന്നത് . ഐ നോ..... യൂ മേ ബീ കൺസിഡറിങ്ങ് മീ ഇൻ എ റോംഗ് വേ പക്ഷേ ഞാൻ നിന്നെ കേൾക്കാൻ ആഗ്രഹിക്കുന്നു. അറിയാതെ നിന്റെ മക്കളെ വല്ലാതെ സ്നേഹിച്ചു പോയി. എഴുതേം വായിക്കേം ഒക്കെ ചെയ്യണതോണ്ട് പൊതുവായി ചില ചിന്തകൾ ഉണ്ടാവാം. എന്റെ അഭിപ്രായങ്ങൾ നിനക്ക് സ്വീകാര്യമായേക്കാം .... ’.

അവൾ ഗൗരവത്തോടെ തന്നെ പറഞ്ഞു നിർത്തി.

അവളുടെ ചുവന്നു പോയ മുഖത്തേക്കവൻ സൂക്ഷിച്ചു നോക്കി. തന്നെ സൂക്ഷിച്ചു നോക്കുന്നവന്റെ കണ്ണുകളിൽ പ്രണയമോ കാമമോ കാണരുതേ എന്നവൾ മനസാ പ്രാർത്ഥിച്ചുകൊണ്ടേയിരുന്നു. നിശബ്ദത അവർക്കിടയിൽ വേലി കെട്ടി.

അവൻ അവളുടെ ആഢ്യത്തമുള്ള സുന്ദരമായ മുഖത്തെ പഠന വിധേയമാക്കിക്കൊണ്ടേയിരുന്നു.

സഹോദരങ്ങളേക്കാൾ എന്തും പങ്കു വെക്കാവുന്ന സ്വാതന്ത്ര്യവും, വെറും സൗഹൃദത്തിൽ കവിഞ്ഞ ഒരടുപ്പവുമാണ് അവൻ തേടിയിരുന്നത്.

പരസ്പര സ്നേഹത്തെ വിറ്റു കാശാക്കുന്ന മുതലെടുപ്പു കൂട്ടങ്ങളെ അവനും ഭയന്നിരുന്നു.

'ങ്ങള് പറഞ്ഞത് സത്യമാണ്. ഞാനും അതാഗ്രഹിക്കുന്നുണ്ട്. ' നിമിഷങ്ങളുടെ നിശബ്ദത അവൻ തന്നെ ഭേദിച്ചു.

അവളുടെ മുഖം നന്നേ വിടർന്നു. കടുത്ത വേനലിൽ കനത്തു നിന്നിരുന്ന കാർമേഘം പെട്ടെന്ന് പെയ്തൊഴിഞ്ഞ പോലെ , മനം കുളിരുകയും തെളിയുകയും ചെയ്തു.

'ആദ്യം നീ പറയൂ .... ' അവൾ ചിരിയോടെ പറഞ്ഞു.

അവന്റെ ജീവിതത്തിലെ കനലുകളെ , കടന്നു പോന്ന കൽച്ചീളുകൾ നിറഞ്ഞ വീഥികളെ , അവന്റെ കുടുംബത്തെ , അവർക്കിടയിലെ പൊരുത്തക്കേടുകളെ .... അങ്ങിനെ പിന്നിട്ട ജീവിത വഴിത്താരകളെക്കുറിച്ച് അവൻ പറയുമ്പഴൊക്കെയും അവളവനെ സാകൂതം വീക്ഷിച്ചു കൊണ്ടേയിരുന്നു.

ഷൊർണൂർ കഴിഞ്ഞു. തൃശൂരിലിറങ്ങാനായി അപ്പുറത്തെ സീറ്റിലുള്ളവരൊക്കെ എഴുന്നേറ്റു. വണ്ടിയുടെ വേഗം കുറഞ്ഞു തുടങ്ങി. റമീസിന്റെ സീറ്റിൽ ഇരുന്ന ആ ചെറുപ്പക്കാരൻ അവരുടെ അടുത്തേക്ക് വന്നു. 'ഷേബാ മാഡം അല്ലേ? ഞാൻ കഥകളും കവിതകളും ഒക്കെ വായിച്ചിട്ടുണ്ട്. ഇത് മാഡത്തിന്റെ ......? ' അവൻ

അർദ്ധോക്തിയിൽ നിർത്തി.

'എന്റെ സുഹൃത്ത് റമീസ്. ഞങ്ങൾ എറണാകുളത്ത് ഒരു സാഹിതീ സുഹൃദ് സംഗമമുണ്ട്. അതിനു പോവാണ്. ' റമീസിനെന്തെങ്കിലും പറയാൻ ഇടകിട്ടും മുമ്പ് തന്നെ ഷേബ പറഞ്ഞു കഴിഞ്ഞു. അപ്പോഴേക്കും ട്രെയിൻ തൃശൂർ സ്റ്റേഷനിൽ എത്തി നിന്നു. 'ഞാൻ രാഹുൽ. നമുക്ക് വീണ്ടും കാണാം ' എന്ന് പറഞ്ഞു കൊണ്ട് അവൻ തന്റെ കാർഡ് അവൾക്ക് നീട്ടി. അവളതു വാങ്ങിയ ശേഷം അവനു കൈ കൊടുത്തു യാത്ര പറഞ്ഞു.

'ആരാ എന്താന്നൊന്നുമറിയാണ്ട് എല്ലരോടും കേറിയങ്ങ് ലോഗ്യം കൂടലാ? ങ്ങളെന്തന്നാ ഇങ്ങനെ?' ഗൗരവക്കാരനായ ഒരു ചേട്ടനായി അവൻ ശാസിച്ചു.

'നീയാരാ? ' അവൾ കുറുമ്പോടെ ചോദിച്ചു.

പെട്ടെന്ന് അവന്റെ മുഖത്തെ വെളിച്ചമാകെക്കെട്ടുപോയി. 'അതല്ലാന്ന് .... അങ്ങനല്ലാന്ന് .... ' അവൻ വിക്കി.

'നിനക്ക് അങ്ങിനെ ശാസിക്കാനുള്ള അധികാരം ഞാൻ തന്നിരിക്കുന്നു. ' അവൾ ചിരിയോടെ പറഞ്ഞു.

അവന്റെ സ്നേഹം, വാത്സല്യം , കഴിവുകൾ, കോപം, വെറുപ്പ് ഇവയെല്ലാം പല രൂപത്തിൽ അവൾ കണ്ടു.

ട്രെയിൻ എറണാകുളം സ്റ്റേഷനിലെത്തിയപ്പോഴേക്കും അവന്റെ ഭാവങ്ങളെ അവൾ സ്നേഹിച്ചു തുടങ്ങിയിരുന്നു.

തുറന്ന സംസാരവും പെരുമാറ്റവും സമീപനവും എല്ലാം അവന്റെ പ്രത്യേകതകൾ തന്നെ ആയിരുന്നു.

സ്റ്റേഷനിലെ ആരവങ്ങളിലേക്ക് ഇറങ്ങുമ്പോൾ കരുതലോടെ അവൻ അവൾക്കായി കാത്തുനിന്നു.

'ഇവിടെ നിന്നും ഹാളിലേക്ക് ഒരു ഓട്ടോയിൽ പോകാം. അതിനു മുമ്പൊരു ചായയായാലോ? ' അവൻ ചോദിച്ചു. സമ്മതമെന്ന് തല ചലിപ്പിച്ച് അവന്റെ പിറകെ ക്യാന്റീനിലേക്ക് കയറിയ അവൾ ഒരു അരികിലെ കസേരയിലേക്കിരുന്നു.

ചായയും വടയുമായി അവൻ എതിരിൽ വന്നിരുന്നു. 'തൊള്ളക്കാണ്ട് പറഞ്ഞേനക്കൊണ്ട് എറണാളത്തെത്തിയത്

അറിഞ്ഞീല്ല, ല്ലേ? അല്ലേ .... ങ്ങക്ക് ബോറടിച്ചോ? ' അവളോട് തിരക്കുകയാണവൻ.

ഷേബ ചിരിച്ചു. അവൾ ചായ കുടിക്കാൻ തുടങ്ങി.

'നല്ല വട ' അവൾ പറഞ്ഞു.

'ഇതാണ് ...... ഇതാണ് .... ങ്ങളെ പ്രശ്നം ...... കേൾക്കണെത് ഞ്ച ചോദ്യം, കുടിക്കണെത് ചായ , ന്നിട്ട് പറേണ .... നല്ല വടാ .... ' അവൻ പല്ലു ഞെരിച്ച് പറയുന്നത് കേട്ട് അവൾ പൊട്ടിച്ചിരിച്ചു.

'നമ്മക്ക് വീട്ടിൽക്ക് വിളിക്കാം .... ന്നിട്ട് പോയാൽ പോരേ? ' അവൾ ചോദിച്ചു. അവളോടൊന്ന് കണ്ണുരുട്ടിയിട്ട് അവൻ ഫോണെടുത്തു.

'ഹലോ .... സുറുമീ......... ഞാൻ വൈകുന്നേരം ഇവിടന്ന് പുറപ്പെടും. രാത്രിയാവും അങ്ങാടിപ്പുറത്തെത്താൻ .... അവിടെ റൂമെടുത്ത് തങ്ങീട്ട് രാവിലെ പുറപ്പെടാം.......... ' ഫോൺ വെച്ച ശേഷം എങ്ങിനെയുണ്ട് എന്ന ഭാവത്തിൽ ഷേബയെ നോക്കി. അവൾ കൈയുയർത്തി തംസ്അപ്പ് കാണിച്ചു.

'ങ്ങള് സുബൈറിക്കാനെ വിളിച്ചോ? ' അവൻ ചോദിച്ചു.

'ങ്ങ ഇക്ക സ്റ്റേഷനിൽ കാത്തു നിൽക്കുംന്ന് പറഞ്ഞു. റമീസ് കൂടെ വീട്ടിലേക്ക് വരുന്നോന്ന് ചോദിച്ചു. ' അവൾ പറഞ്ഞു.

'അപ്പോ ങ്ങള് ഞ്ച കൂട്യാ മടങ്ങ്ന്നേന്ന് പറഞ്ഞോ? ' അവൻ കണ്ണുവിടർത്തിച്ചോദിച്ചു.

'പിന്നല്ലാണ്ട്? പോന്നപ്പോ നീയുണ്ടാവുംന്ന് മൂപ്പരോട് പറയാത്തേന്റെ ടെൻഷൻ ഇവിടെയെത്തുംവരെ നിന്റെ വർത്താനം കേട്ടു തീർന്നപ്പളാ കുറച്ചേലും മാറിയെ! ' അവൾ പറയുമ്പഴേക്കും അവർ ഓട്ടോസ്റ്റാന്റിനു മുന്നിൽ എത്തിയിരുന്നു.

'അല്ല ങ്ങക്കിപ്പളും ഞ്ഞ വിശ്വാസായില്ലാ? ' അവൻ ചോദിച്ചു.

'അല്ലാഞ്ഞാൽ ഈ ഓട്ടോ കേറാൻ ഞാൻ നിക്കുമോ?' അവൾ ചിരിച്ചു.

ഓട്ടോയിൽ അവർ ഇരുവരും നിശബ്ദരായിരുന്നു.

ഹാളിലെ തിരക്കിലേക്ക് അവർ രണ്ടു പേരും രണ്ടു ഭാഗങ്ങളിലായാണ് ചേർന്നത്. പുതിയ എഴുത്തുകാരുടെ വ്യഥകളുടെയും വർത്തമാനങ്ങളുടേയും കേൾവിക്കാരി മാത്രമായി ഷേബ ഇരുന്നു. അവളെ സ്നേഹിക്കുന്ന വിലമതിക്കുന്ന ഒരു കൂട്ടം ആളുകൾക്കിടയിൽ അവൾ സന്തുഷ്ടയായിരുന്നു.

സ്നേഹമുള്ള സ്വന്തം കുടുംബത്തെ അവളോർത്തു........

സ്നേഹവും സമയവുമെല്ലാം അവർക്കായി വീതിച്ചു നൽകിയ കഴിഞ്ഞ കാലങ്ങളെക്കുറിച്ചോർത്തു.

അടുപ്പിൻമേൽ വിരിച്ചിടാറുള്ള കീറത്തുണിപോലെ വിലയില്ലാതായിപ്പോയ സ്വന്തം ജീവിതത്തെക്കുറിച്ചോർത്തു.

നല്ലത് കേൾക്കാൻ തീവ്രമായി ആഗ്രഹിക്കുന്ന പകലുകളെക്കുറിച്ചോർത്തു.

മുടിയിഴകളിൽ ആശ്വാസത്തഴുകലുകൾ കൊതിക്കുന്ന സമയങ്ങളിൽ മാറിടങ്ങളിൽ അമരുന്ന വിരൽത്തഴുകലുകൾ ഓർത്തു.

പുഴുവരിക്കുന്ന ശരീരമെന്ന് സ്വയം പുഛിച്ചു പോകുന്ന രാത്രികളെക്കുറിച്ചോർത്തു.

കഠിന വ്യഥയിൽ അവളുടെ മുഖം വലിഞ്ഞു മുറുകി.

അലക്കുന്ന ശബ്ദഘോഷങ്ങൾക്കിടയിൽ തനിച്ചായിപ്പോയവളെപ്പോലെ ഇരിക്കുന്നവൾക്ക് അരികിലായി റമീസ് വന്നിരുന്നു. ഷേബ അതൊന്നും അറിയുന്നുണ്ടായിരുന്നില്ല.

'എന്തെന്നാന്ന് .... ങ്ങള് ഹാപ്പിനസ്സിന്റെ ബ്രാന്റ് അംബാസിഡറാണ് ന്നല്ലേ ഞാൻ വിചാരിച്ചത് .... '
റമീസിന്റെ ശബ്ദം കേട്ട് അവളൊന്നു ഞെട്ടിത്തിരിഞ്ഞു.
'നീയെപ്പഴാ....... ' അരികിലിരിക്കുന്നവനെ അവളതിശയത്തോടെ നോക്കി.

'ങ്ങളെന്താ ഇങ്ങനെ?' റമീസ് മറുചോദ്യമുന്നയിക്കുന്നത് അർദ്ധോക്തിയിൽ നിർത്തി, അവളുടെ മുഖത്തേക്കുറ്റു നോക്കി.

കണ്ണുകളുടെ ആഴങ്ങളിൽ ഒളിപ്പിച്ച സങ്കടങ്ങളുടെ കടൽ അവനിൽ നിന്നും മറച്ചുപിടിക്കാൻ അവൾക്കായില്ല.

ആ സെഷൻ തീരുകയായിരുന്നു. വേദിയിൽ നിന്നും അൺ കണ്ടീഷനൽ ലവ് എന്ന വിഷയത്തിൽ ആരോ പ്രസംഗിക്കുന്നുണ്ടായിരുന്നു. തിരിച്ചൊന്നും പ്രതീക്ഷിക്കാത്ത ഉപാധികളില്ലാത്ത സ്നേഹമെന്ന വിവരണം അവരുടെ ഉള്ളിൽ പതിഞ്ഞു.

അവളുടെ കണ്ണുനീർ പുറം ലോകം കാണാതെ മറഞ്ഞു. അവനോ ആ കടലാഴങ്ങളിലെ സങ്കടങ്ങൾ കാണാനാവാതെ ഉഴറി.

തിരിച്ചുള്ള യാത്രയിൽ ഷേബ മൗനിയായിരുന്നു.

ആലുവയിൽ നിന്നും കയറിയ ഒരു കുടുംബത്തിൽ ഷേബയുടെ കണ്ണുടക്കി. യുവതി കുഞ്ഞിനെയുമെടുത്ത് സീറ്റ് നോക്കി നടക്കുന്നു. പിറകിൽ നിന്നും വന്ന യുവാവ് പെട്ടെന്ന് തന്നെ കുഞ്ഞിനെ വാങ്ങി അവൾക്ക് സീറ്റ് ചൂണ്ടിക്കാട്ടിക്കൊടുത്തു. അവൾ അനായാസേന നടന്ന് സീറ്റിൽ ചെന്നിരുന്നു. പതിയെ നടന്നു വന്ന് കുഞ്ഞിനെ അവളുടെ മടിയിൽ വെച്ച് കൊടുത്ത് അവനും അവളുടെ അടുത്ത് തന്നെ ഇരുന്നു. കുഞ്ഞ് അവന്റെ നേരെ കൈ നീട്ടി ചിരിച്ചു കാണിച്ചു. അവനാ കുഞ്ഞു കൈ പിടിച്ച് ഊഞ്ഞാലാട്ടി. കുഞ്ഞ് കുടുകുടെ ചിരിച്ചു.

ഷേബ തിരിഞ്ഞ് റമീസിനെ നോക്കി. അവനും അവരെത്തന്നെ നോക്കിയിരിക്കുകയാണ്. അവളവന്റെ തോളിലൊന്നു തട്ടി. അവൻ ഞെട്ടിത്തിരിഞ്ഞു നോക്കി. കണ്ടോ എന്ന ഭാവത്തിൽ ഷേബ കണ്ണുകൾ കൊണ്ട് ആ കുടുംബത്തെ ചൂണ്ടി. 'യെസ്' എന്നവൻ തല കുലുക്കി.

'നമ്മുടെ കുഞ്ഞുങ്ങൾക്ക് കൊടുക്കാവുന്ന ഏറ്റവും വലിയ സമ്മാനം എന്നത് ഈ കുടുംബസംവിധാനം തന്നെയാണ് റമീസ്....... പരസ്പരമുള്ള വിട്ടുവീഴ്ചകൾ, ചില ഇഷ്ടങ്ങളുടെ നഷ്ടങ്ങൾ, ചില വാശികളുടെ ഉപേക്ഷിക്കലുകൾ ഒക്കെ അതിന്നായി വേണ്ടിവരും. രണ്ടുപേരും അതിനു ശ്രമിക്കേണ്ടി വരും. ഒരാളെങ്കിലും ശ്രമിക്കുന്നില്ലെങ്കിൽ അത് പാടെ

പൊളിഞ്ഞു പോവും. ' അവൾ പതിയെ പറഞ്ഞു.

'ശരിയാണ്........ എനിക്കറിയാമായിരുന്നു. ഇന്നത്തെ ങ്ങളെ ഉപദേശ പ്രസംഗം കൂടിയായപ്പോൾ ഞാനതുറപ്പിച്ചു. ' അവൻ കണ്ണിറുക്കിച്ചിരിച്ചു കൊണ്ട് പറഞ്ഞു. അവൾ കണ്ണുരുട്ടി .

'ഉറക്കം വര്ന്നേൽ സൈഡിൽക്കിരുന്നോളി......... ' എന്നു പറഞ്ഞ് അവൻ എണീറ്റു മാറിയിരുന്നു.

ഷേബ, ഇരുട്ട് മറയ്ക്കുന്ന പുറം കാഴ്ചകളിലേക്ക് കണ്ണു നട്ടു.

11.30 ന് ഫോൺ റിങ്ങ് ചെയ്തപ്പോഴാണ് അവൾ പാതിയടഞ്ഞ മിഴികൾ തുറന്നത്.

'ആഹ് ...... എവിടെത്തീന്നറീല്ലിക്കാ .... ഓൺ ടൈം ആണെന്ന് തോന്നുന്നു. ' അവൾ ഫോണിൽ മറുപടി പറയുന്നത് കേട്ട് അവനും കണ്ണു തുറന്നു .

'ശസുബൈറിക്കയാ?..... ' മുഖം അമർത്തിത്തുടച്ചു കൊണ്ട് അവൻ ചോദിച്ചു.

രണ്ടുപേരും മുഖം കഴുകി വന്നപ്പഴേക്കും ട്രെയിൻ ചെറുകര സ്റ്റേഷൻ കടന്നിരുന്നു.

ഷേബ ഫോണെടുത്തു. 'ഹലോ ഇക്കാ ചെറുകര കഴിഞ്ഞു ട്ടൊ...... ശരി' എന്ന് പറഞ്ഞു ചിരിയോടെ ഫോൺ ബാഗിലേക്ക് വെച്ചു.

'യൂ ആർ ലക്കീ റ്റു ഹാവ് സച്ച് എ കെയറിങ്ങ് ഹസ്ബെന്റ് ' അവൻ പറഞ്ഞു.

'ഐ ഡിസേർവ് ഇറ്റ്. ഡോണ്ട് ഐ? ' അവൾ ചിരിയോടെ ചോദിച്ചു.

'ഒഫ്കോഴ്സ് ക്കി ങ്ങളോട് അസൂയാവ്ന്ന്. ' അവൻ ചിരിച്ചു.

ട്രെയിൻ പതിയെ സ്റ്റേഷനിൽ എത്തി നിന്നു. ആദ്യമിറങ്ങിയതവനാണ്. അവൾക്കായി കൈ നീട്ടും മുൻപ് തന്നെ സ്റ്റേഷനിൽ കാത്തു നിന്നിരുന്ന സുബൈറിന്റെ കൈകളിലേക്ക് അവളിറങ്ങി.

'അസ്സലാമു അലൈക്കും ' എന്ന് പറഞ്ഞു കൊണ്ട് അവൻ ഷേബയെ ചേർത്തുപിടിച്ചു. അവൾ അവന്റെ കൈകളിലേക്ക്

ഒതുങ്ങി നിന്നുകൊണ്ട് പറഞ്ഞു വ അലൈക്കുമുസ്സലാം .

'കണ്ടാൽ ഒരു മാസത്തെ യാത്ര കഴിഞ്ഞു വന്ന പോലുണ്ട് ' എന്ന് പറഞ്ഞു ചിരിച്ചു കൊണ്ട് റമീസ് അടുത്തേക്ക് വന്നു.

'അസ്സലാമു അലൈക്കും. ഞാൻ റമീസ് ' എന്നു പറഞ്ഞവൻ കൈകൾ നീട്ടി.

തിരിച്ചു സലാം പറഞ്ഞ് കൈ കൊടുത്ത ശേഷം സുബൈറവനെ പുണർന്നു. റമീസ് തെല്ലതിശയത്തോടെ തിരികെ പുണർന്നു.

'രാത്രി യാത്രയിൽ ഇവൾ ഒറ്റക്കാണെങ്കിൽ വെറുതെ ഒരു ടെൻഷനാണ്. ഇന്നിപ്പൊ ഇയാളുള്ളത് കൊണ്ട് സമാധാനായി' സുബൈർ പറഞ്ഞു.

'അല്ലാ റമീസ് ഞങ്ങളെ കൂടെ വരുന്നോ? ' അവൻ തുടർന്നു.

'ഇല്ലാന്ന് ഞാൻ ഹോട്ടലിൽ ബുക്ക് ചെയ്തിട്ടുണ്ട്. ഞ്ച വണ്ടി പുറത്തുണ്ട്. ' റമീസ് നടന്നുകൊണ്ട് പറഞ്ഞു.

ഞ്ച വണ്ടി എന്ന് കേട്ട് സംശയത്തോടെ സുബൈർ ഷേബയെ നോക്കി. 'ഹിസ് കാർ' എന്ന് പതിഞ്ഞ ശബ്ദത്തിൽ പറഞ്ഞു കളിയാക്കിച്ചിരിച്ചവളെ തിരിഞ്ഞു നിന്ന് തലക്കിട്ടൊരു കൊട്ട് കൊടുത്തു റമീസ്. അതുകണ്ട് സുബൈർ പൊട്ടിച്ചിരിച്ചു.

ചിരികളാണ് പലപ്പഴും നമ്മുടെ ജീവിതത്തിന്റെ യാത്ര എളുപ്പമാക്കുന്ന ലൂബ്രിക്കന്റുകളായി വർത്തിക്കുന്നത്.

അവർ രണ്ടു കാറുകളിലായി കയറി. യാത്ര പറയുമ്പോൾ റമീസ് സുബൈറിനോട് പറഞ്ഞു. 'യൂ ആർ ലക്കീ റ്റു ഹാവ് സച്ച് എ വണ്ടർഫുൾ വൈഫ്. '

സുബൈർ ഷേബയെ ഒന്നുകൂടി ചേർത്ത് പിടിച്ചു. 'യാ.... ഐനോ ...... '

'ഷേബാ .... നിനക്ക് എങ്ങിനെയാണ് റമീസിനെ പരിചയം?' പുലർച്ചെ അവന്റെ പ്രണയമഴയിൽ നനഞ്ഞു കുതിർന്നു കിടക്കവേ അവൾ കേട്ടു.

'ഹ അവൻ സാഹിതീ കൂട്ടായ്മയിലുണ്ട്.' കള്ളത്തെ മറച്ചുവെച്ചു കൊണ്ടെങ്കിലും..... അവൾ പറഞ്ഞത്

സത്യമായിരുന്നു.

'അവൻ വല്ലാത്ത അടുപ്പം കാണിക്കുന്നുണ്ട് ല്ലെ ...... '. അവൻ തുടർന്നു.

'ഡു യൂ ഫീൽ പൊസ്സസ്സീവ്? ' അവൾ കുറുമ്പോടെ അവനെ പുണർന്നു.

'അതു നിനക്ക് വേണ്ട ഷേബാ .... ' അവളുടെ മാറിൽ മുഖമുരച്ചു കൊണ്ടവൻ പറഞ്ഞു.

പൊള്ളലേറ്റ പോലെ അവളവനിൽ നിന്നും അടർന്നു മാറി.

'എന്താ ഇങ്ങൾ ഉദ്ദേശിച്ചത്?' അവളുടെ ശബ്ദം ഉയർന്നിരുന്നു.

'നമുക്കിടയിൽ മറ്റൊരാൾ .... ' സുബൈറിന്റെ ശബ്ദത്തിന് ചെറിയ ഇടർച്ചയുണ്ടായിരുന്നു.

'നമുക്കിടയിലല്ല ഇക്കാ....... നമ്മളൊന്നല്ലേ .... ഇനിയും അങ്ങിനെ കരുതിത്തുടങ്ങാനായില്ലേ?' അവളുടെ ശബ്ദം ചിലമ്പിച്ചു. നിറഞ്ഞ കണ്ണുകൾ അവനു കാണിക്കാതെ അവൾ തിരിഞ്ഞു കിടന്നു.

ഇളകിയാടിക്കളിക്കുന്ന ജാലകവിരിയിൽ അവൾ പതിയെത്തലോടി. ഒറ്റക്ക് പൊള്ളലേൽക്കുമ്പോൾ സ്വയം ആശ്വസിക്കാൻ അവൾ മുമ്പും അങ്ങനെ ചെയ്യാറുണ്ട്.. തലോടലിൽ രൂപം മാറുന്ന ജനൽ വിരിയെ ആശ്വസിച്ച മനസ്സന്നെവൾ കൽപിക്കും. അവന്റെ ഇഷ്ടങ്ങളിലേക്ക് ആ വിരിയെ അവൾ വലിച്ചു പിടിക്കും. അവളുടെ ഇഷ്ടങ്ങളെ ആ വിരിയിൽ കൂട്ടിപ്പിടിച്ച് ചുരുട്ടും. പലപ്പോഴും ചുരുണ്ടു പോയ ആ ജാലകവിരിയിൽ കൂടുതൽ ഭാഗത്തും അവന്റെ ഇഷ്ടങ്ങൾ വലിഞ്ഞു കിടന്നിരുന്നു.

****

കാതങ്ങൾക്കപ്പുറത്ത് .... റമീസ് സുറുമിയോട് സംസാരിക്കുകയായിരുന്നു. 'ഞമ്മക്കൊരോസം ഷേബയെക്കാണാൻ പോകണം ക്കാ' മാസങ്ങൾ നീണ്ട പിണക്കം, പരിഭവം, വാശി ഒക്കെ പറഞ്ഞു തീർക്കാൻ കാരണക്കാരിയായ ഷേബയെ ഒന്നു കാണണമെന്ന് അവൾ വല്ലാതെ ആഗ്രഹിച്ചു. റമീസവളെ അമർത്തിപ്പുണർന്നു.

'തീർച്ചയായും. ഞാനിപ്പൊ എന്നോട് പറഞ്ഞാൽ ന്താവുംന്ന്ച്ച് പറയാഞ്ഞതാ' അവൻ ചിരിച്ചു.

'അല്ലാ...... ഓല് ഞമ്മക്ക് പാരയൊന്നും ആവൂലല്ലോ ...... ' സുറുമി അവനെ അണച്ചു പിടിച്ചു.

'പോ പെണ്ണേ .... '.അവൻ അവളെ തള്ളിമാറ്റി. അവർ രണ്ടു പേരും കുലുങ്ങിച്ചിരിച്ചു.

പുറത്ത് കാലവർഷം കനത്തു പെയ്തു. അവരും പ്രണയമഴയിൽ നനഞ്ഞുകുളിച്ചു.

****

സ്വന്തം പ്രണയം കാണിച്ച് അവരെ അസൂയപ്പെടുത്തിയവൾ ഇനിയും കൂടുതൽ പ്രണയിക്കാൻ പ്രിയന്റെ നെഞ്ചിൽ മുഖം പൂഴ്ത്തിയിരുന്നു. അവൻ അവളെ അണച്ചുപിടിച്ചിരുന്നു.

പ്രണയ മഴ

തുലാമാസം തുടങ്ങുന്നതേയുള്ളു. മഴ രണ്ടു മണിയാവുമ്പഴേക്കും തിമർത്തു പെയ്യാൻ തുടങ്ങി. നൂലു നൂലായി നിലക്കാതെ പെയ്യുന്ന മഴച്ചാർത്തിലേക്ക് നോക്കിയിരിക്കേ .... മനസ്സിലോർമകൾ മഴപ്പെയ്ത്തു തുടങ്ങിയിരുന്നു.

****

കല്യാണരാവിന്റെ ചമയങ്ങൾ അഴിച്ചു തുടങ്ങിയപ്പോഴേക്കും മഴ പെയ്തു .

കനത്ത മഴ.

കാലം തെറ്റിപ്പെയ്ത മഴ.

ഒരു ചിരിയോടെ അകത്തേക്ക് കടന്നുവന്നവന്റെ മുഖത്ത് ഒരു കാട്ടാളന്റെ കോമ്പല്ലുകൾ വളർന്നു വരുന്നതായാണ് ആദ്യം തോന്നിയത്.

മനസ്സിനോട് കലഹിച്ച് കണ്ണുകൾ ഇറുകെ അടച്ചു തുറന്നു. ചേർത്ത് പിടിച്ചവനെ പേടിയോടെ നോക്കി.

'എന്താ പേടിയാണോ? ' എന്ന ചോദ്യത്തിൽ സ്നേഹം തിരഞ്ഞു. കാരുണ്യം തിരഞ്ഞു.

അതേയെന്ന് പതിയെത്തലയാട്ടി.

'പേടിക്കേണ്ട ' എന്നു പറഞ്ഞ് അയാളവളെ ചേർത്ത് പിടിച്ചപ്പോൾ കനത്ത ശബ്ദത്തിൽ ഇടിനാദം മുഴങ്ങി.

അവന്റെ കരവലയത്തിൽ അവൾക്ക് ഭാരമില്ലാതെയായി. ഒരു പഞ്ഞിക്കെട്ടു പോലെ അവളൂർന്ന് താഴേക്ക് പതിച്ചു.

പരിഭ്രമത്തോടെ അയാളവളെ തൊട്ടു വിളിച്ചു.

പതറിയ കണ്ണുകൾ മിഴിച്ചു നോക്കുന്നവളോട് അയാൾ ചോദിച്ചു. 'ഇടി പേടിയാണോ ? '

'അതേ 'എന്നവൾ തലയാട്ടി.

തുലാവർഷം കഴിഞ്ഞു.

ഇടിമുഴക്കങ്ങൾ നിലച്ചിട്ടും അവൾ ആ കിടപ്പറയിലെത്തുമ്പോൾ ഒരു പഞ്ഞിക്കെട്ടുപോലെ, മഞ്ഞുകണം പോലെ അവന്റെ കൈകളിൽ തളർന്നു വീണു കൊണ്ടിരുന്നു.

അവന്റെ കണ്ണുകളിൽ പ്രണയത്തിനപ്പുറം അമർഷം നിറഞ്ഞു.

അവളുടെ കണ്ണുകളിൽ നിന്നും എപ്പോഴും ഏതോ ഒരജ്ഞാത ഭീതി നീർ പൊഴിച്ചു കൊണ്ടേ ഇരുന്നു.

പുതുപ്പെണ്ണ് വീട്ടിൽ തിരിച്ചെത്തി.

ഒത്തു തീർപ്പ് ചർച്ചകൾ, ചോദ്യം ചെയ്യലുകൾ, കുറ്റപ്പെടുത്തലുകൾ.

അവൾ മൗനത്തോടൊപ്പം കണ്ണുനീർ മാത്രം പുറത്തേക്കൊഴുക്കി.

മനസ്സ് മരുഭൂമിപോലെ വരണ്ടുണങ്ങി.

ഇനിയൊരിക്കലും പ്രണയമുറവ പൊട്ടാത്ത വിധം കനലാൽക്കരിഞ്ഞു ....

****

'ടീച്ചർക്ക് ഉച്ചക്ക് ശേഷം ക്ലാസില്ലേ?' റിൻഷാദ് മാഷാണ്.

ശബ്ദം കേട്ട് ഓർമ്മകളിൽ നിന്നും തിരിഞ്ഞു നോക്കി.

കുറച്ചു നേരം മഴ നോക്കിയിരിക്കാമെന്ന് വിചാരിച്ചതേയുള്ളു എന്ന് മനസ്സിൽ പിറുപിറുത്ത് ഒന്ന് ഇളിച്ചു കാട്ടി.

'ഇല്ല. രാവിലെ സിന്ധു ടീച്ചറിന്റെ പിരീഡ് കൂടി എടുത്തോണ്ട് ഇപ്പോ ഫ്രീ ആയതാ ....' എന്നും പറഞ്ഞ് വീണ്ടും മഴയിലേക്ക് കണ്ണു നട്ടു.

'എന്താ ..... ടീച്ചറെ , മഴ നോക്കി സ്വപ്നം കാണുകയായിരുന്നോ?' മാഷ് വിടാനുള്ള ഭാവമില്ല. കയ്യിലുള്ള പുസ്തകങ്ങളൊക്കെ സ്വന്തം മേശപ്പുറത്ത് വെച്ചിട്ട്, ഒരു കസേര വലിച്ച് അടുത്തേക്കിട്ട് അതിലേക്കിരുന്നു കൊണ്ടാണ് ചോദ്യം.

അവൾ നെറ്റിചുളിച്ച് മാഷിനെ നോക്കി. ശാന്തമായ മുഖഭാവം. ആകർഷണീയമായ രൂപം . മടുപ്പിക്കാത്ത പെരുമാറ്റം. ഒരിക്കലും ഒരു മോശം പറയിപ്പിച്ച ആളായി കേട്ടിട്ടും ഇല്ല.

'മാഷെന്താ ..... ചോദിച്ചത്? ' അവൾ മാഷുടെ മുഖത്തേക്ക് നോക്കി. അവളെത്തന്നെ ഉറ്റുനോക്കുന്ന മാഷുടെ കണ്ണുകളിൽ കാരുണ്യവും പ്രണയവും ഓളം വെട്ടി.

'ഒരു ചായ കുടിച്ചാലോ.... കാന്റീനിലേക്കു വിളിച്ചു പറയട്ടെ?' മാഷെ ചോദ്യത്തിന് അവൾ ചിരിച്ചു കൊണ്ട് തലയാട്ടി.

'ടീച്ചർ ഇതിനു മുമ്പ് പ്രൈവറ്റിലായിരുന്നു ലെ ' അവൾ അവിടെ ചേർന്നിട്ട് മൂന്നു മാസം ആകുന്നതേ ഉണ്ടായിരുന്നുള്ളു. എല്ലാരോടും പരിചയമായി വരുന്നതേയുള്ളു.

'അതേ... പല സ്ഥലങ്ങളിൽ മാറി മാറി നിന്നിട്ടുണ്ട്. ' അവൾ ചിരിച്ചു. ചിരിക്കുമ്പോൾ അവളുടെ നിര തെറ്റിയ പല്ലുകൾ പുറത്തു കണ്ടു. മേൽച്ചുണ്ടിലെ നനുത്ത രോമങ്ങൾ എഴുന്നു നിന്നു. വിടർന്ന കണ്ണുകൾ തിളങ്ങി. നീണ്ട നാസികത്തുമ്പിൽ പൊടിഞ്ഞ വിയർപ്പു കണങ്ങൾ തടിച്ചുരുണ്ട വിരലുകളാൽ തുടച്ചുനീക്കിക്കൊണ്ട് അവൾ റിൻഷാദിനു നേരെ നോക്കി. തന്റെ മുഖത്തേക്കു തന്നെ ഉറ്റുനോക്കിയിരിക്കുന്നവനെ കാൺകെ അവളൊന്നു പതറി.

'മാഷിവിടെത്തന്നെയായിരുന്നോ തുടക്കം മുതൽ ?' പതർച്ച മറച്ചവൾ ചോദിച്ചപ്പോൾ അവനതേയെന്ന് തലയാട്ടി.

'പരസ്പരം പേര് വിളിക്കാവുന്ന ഒരു സൗഹൃദമായിക്കൂടെ നമുക്ക്. റിൻഷാദ് എന്നു വിളിച്ചോളു. ടീച്ചറായതു കൊണ്ട് റിനു എന്നു വേണേലും വിളിച്ചോളു. '
കണ്ണിറുക്കിച്ചിരിച്ചുകൊണ്ട് അവൻ കൈ നീട്ടി.

ചെറിയ ഒരങ്കലാപ്പോടെ അവളാ കൈ പിടിച്ചു. 'മിൻസിയ' അവളുടെ കൈകൾ വിയർത്തു, തണുത്തു പോയിരുന്നു.

'ഹേയ് ...... ആർ യു ഓകെ. ' അവളുടെ വിളറിപ്പോയ മുഖം കണ്ട് അവനാ കൈകൾ പൊടുന്നനെ സ്വതന്ത്രമാക്കി.

'യെസ് ' അവൾ യാന്ത്രികമായി തലയാട്ടി.

അപ്പോഴേക്കും ചായയെത്തിയിരുന്നു.

ചൂടുള്ള ചായ കുടിക്കുമ്പോൾ പലപ്പോഴും റിൻഷാദിന്റെ കണ്ണുകൾ തന്റെ മുഖത്താണെന്ന് അവളറിയുന്നുണ്ടായിരുന്നു.

'നല്ല മഴ ... ചൂടു ചായ .... വട .... ജോൺസൺ മാഷ്ടെ പാട്ടും കൂടി വേണം ല്ലേ..... ' അവൻ പറഞ്ഞപ്പോൾ അവൾ ചിരിച്ചു.

'മിൻസിയ പാടുമോ?' വീണ്ടും ചോദ്യം വന്നു.

'ങാ..... ബാത്റൂമിലൊക്കെ .... ' അവൾ ചിരിച്ചു.

അവനത് കേട്ട് പൊട്ടിച്ചിരിച്ചു.

'ഇങ്ങനെയൊക്കെ സംസാരിക്കുമെന്ന് തന്നെ കണ്ടാൽ തോന്നൂല കെട്ടോ. '

'കാണുമ്പോൾ തോന്നുന്നതു പലതും ശരിയാവണമെന്നില്ല. ' അവൾ പതിവു ഗൗരവം മുഖത്തണിഞ്ഞു.

'എനിക്ക് .... കാണുമ്പോൾ ...... ' മാഷെന്തോ പറഞ്ഞു തുടങ്ങിയപ്പഴേക്കും സിന്ധു ടീച്ചർ കയറി വന്നു.

'എന്തൊരു മഴയാ..... മിനു നീ ഓട്ടോക്ക് പോരുന്നോടി?' ടീച്ചർ ചോദിച്ചപ്പോൾ റിൻഷാദ് അവളെയൊന്ന് നോക്കി.

'അതന്നെ .... ഈ മഴയത്ത് നടക്കാൻ കഴിയൂല ' മിൻസിയ പറഞ്ഞു.

'സിന്ധു ടീച്ചർ ഹോസ്റ്റലിലല്ലേ.......' റിൻഷാദ് ചോദിച്ചു.

'അതേല്ലോ ...... മിനുവും ഞാനും ഒരേ റൂമിലാണ് ' സരസയാണ് സിന്ധു ടീച്ചർ, സംഭാഷണ പ്രിയയും.

‘വെറുതേയല്ല..... സിന്ധുവും മിന്നുവും തമ്മിലൊരു അണ്ടർ ലൈൻ കണക്ഷൻ. ’ റിൻഷാദ് തലയാട്ടിക്കൊണ്ട് ഒന്നാക്കിപ്പറഞ്ഞു.

‘അല്ല മാഷേ .... മട്ടും ഭാവവും കണ്ടിട്ട് ഇങ്ങക്ക് ഒരു ലൈൻ വലിക്കാനുള്ള പരിപാടിയുണ്ടെന്ന് തോന്നുന്നുണ്ടല്ലോ ’ എന്നു പറഞ്ഞു സിന്ധു ടീച്ചർ കണ്ണിറുക്കിയപ്പോൾ ടീച്ചറുടെ കാലിലൊരു ചവിട്ടു കൊടുത്തു മിൻസിയ.

‘ഔ ... ’ എന്ന് കാലുകുടയുന്ന ടീച്ചറോട് അവൾ കണ്ണുരുട്ടിക്കാണിച്ചു.

അതുകണ്ട് ഒരു കള്ളച്ചിരിയോടെ തന്നെ നോക്കിയവനിൽ നിന്നും മുഖം തിരിച്ചു കളഞ്ഞു മിൻസിയ.

അപ്പോഴേക്കും ബെല്ലടിച്ചു. ചടുല താളങ്ങളോടെ ഇറങ്ങിയോടുന്ന വിദ്യാർത്ഥികൾക്കു പിറകെ ഒഴിഞ്ഞ ക്ലാസ് റൂമുകൾക്കു മുന്നിലൂടെ അധ്യാപകരും പുറത്തേക്ക് നടന്നു.

ദിവസങ്ങൾ കൊഴിഞ്ഞു പോകെ എല്ലാവരും പരസ്പരം കൂടുതൽ അടുത്തു.

‘റിൻഷാദ് മാഷും വിവാഹബന്ധം പിരിഞ്ഞ ആളാണ്. നിങ്ങൾ തമ്മിൽ ചേരുമെടി. മാഷിന്നലെയും എന്നോട് പറഞ്ഞു........നിന്നോടൊന്ന് സംസാരിക്കണമെന്ന്. ’ സിന്ധു ടീച്ചർ സ്ഥിരമായി നടത്താറുള്ള സംസാരം അന്നും തുടങ്ങി.

സിന്ധു ടീച്ചറുമായി നല്ലൊരടുപ്പമായിട്ടുണ്ട്. എന്തു രഹസ്യവും പങ്കിടുന്ന സൗഹൃദം. നോവുകളിൽ പരസ്പരം മരുന്നാവാനും കഴിയുന്നുണ്ട്.

അവളൊന്ന് തിരിഞ്ഞു ...... ടീച്ചറുടെ മുഖത്തേക്ക് ഉറ്റുനോക്കി. ‘ന്നാ പിന്നെ ..... ഇന്നന്നെ സംസാരിച്ചു കളയാം. വൈകിട്ട് മൂപ്പരുടെ കൂടെ പാർക്കിലേക്ക് ഒരു നടത്തമാക്കാം. പറഞ്ഞോളി ങ്ങളെ റിൻഷാദിനോട്. ’

‘ ന്റെ റിൻഷാദല്ല മോളെ ...... മിൻസിയാടെ റിൻഷാദ് ...... പൂച്ചക്കുട്ടി സ്മാർട്ടായയല്ലോ ..... ’ എന്നു പറഞ്ഞ് അവളുടെ ഇരു കവിളും പിടിച്ചു വലിച്ചു സിന്ധു ടീച്ചർ.

ക്ലാസ് കഴിഞ്ഞ് പുറത്തേക്കിറങ്ങിയപ്പോൾ കണ്ടു ഗേറ്റിനരികിൽ കാത്തു നിൽക്കുന്ന റിൻഷാദിനെ. സിന്ധു ടീച്ചറോട് കൈ വീശിക്കാണിച്ച് അവൾക്കായി കാറിന്റെ ഡോർ തുറന്നു കൊടുത്തു അവൻ.

‘ നടന്നാൽ മതിയായിരുന്നു ’ ഡോറടച്ച് സീറ്റിലേക്ക് ചാരിയിരുന്നവൾ പറഞ്ഞു.

‘മിനൂന്ന് പേടിയുണ്ടോ? ’ അവളുടെ പതറിയ മുഖത്തേക്ക് ഉറ്റുനോക്കിക്കൊണ്ടവൻ ചോദിച്ചു.

‘ഇല്ല മാഷെ ’ പറയുന്പോൾ ഏസി ഓണാക്കാത്ത കാറിൽ അവൾ ഐസുപോലെ തണുത്തിരുന്നു. നെറ്റിത്തടത്തിൽ വിയർപ്പു കണങ്ങൾ പൊടിഞ്ഞിരുന്നു.

‘മിൻസിയ റിലാക്സായി ഇരിക്കു. പേടിക്കേണ്ട. പിന്നെ റിനുന്ന് വിളിച്ചില്ലേലും ചുരുങ്ങിയത് റിൻഷാദ് എന്ന് വിളിക്കാനുള്ള ഒരു ഫ്രീഡമെങ്കിലും കാണിക്കെടോ? ’ അവൻ ചിരിയോടെ പറഞ്ഞു കൊണ്ട് കാർ മുന്നോട്ടെടുത്തു.

അവൾ അവന്റെ മുഖത്തേക്ക് നോക്കി.

ശാന്തമായ അവളുടെ മുഖത്തേക്ക് നോക്കി അവൻ കണ്ണിറുക്കിച്ചിരിച്ചു.

അവന്റെ ചിരിയിലേക്ക് നോക്കി അവൾ പറഞ്ഞു തുടങ്ങി.

‘എന്റെ വിവാഹ ബന്ധം പിരിഞ്ഞതാണ് എന്നല്ലാതെ അതിന്റെ കാരണം റിൻഷാദിനറിയില്ലല്ലോ.... ’ അവളുടെ റിൻഷാദ് എന്ന സംബോധന കേൾക്കെ അവന്റെ മുഖത്തൊരു ചിരി വിരിഞ്ഞു.

അവളവന്റെ മറുപടി പ്രതീക്ഷിക്കാതെ സീറ്റിലേക്ക് ചാരിയിരുന്ന് കണ്ണുകളടച്ചു.

‘റിൻഷാദിനറിയോ ഈ കാറിൽ നിങ്ങളുടെ കൂടെ ഇരിക്കുമ്പോൾത്തന്നെ ഞാൻ തണുത്ത് വിറങ്ങലിച്ച അവസ്ഥയിലാണ്. കല്യാണം കഴിഞ്ഞ് മാസങ്ങളോളം ഞാൻ ആ കിടപ്പറയിൽ ബോധം കെട്ടു വീഴുകയായിരുന്നു. ’ പതിഞ്ഞ ശബ്ദത്തിൽ അവൾ പറഞ്ഞു കൊണ്ടിരുന്നു.

അവൻ കാർ ഓരം ചേർത്ത് നിർത്തിയതോ ..... അവളുടെ മുഖഭാവമത്രയും ഒപ്പിയെടുത്തുകൊണ്ട് മുഖം തിരിച്ചിരിക്കുന്നതോ ഒന്നും അവളറിഞ്ഞിരുന്നില്ല.

ശാന്തമായ കാറ്റു പോലെ ഒഴുക്കില്ലാത്ത പുഴയുടെ ശബ്ദം പോലെ അവൾ തുടർന്നു.

‘ ഒരു പുരുഷനുമായി അടുത്തിടപഴകാൻ പോലും വയ്യാത്ത വിധത്തിൽ എനിക്കെന്തോ ഒരു കുഴപ്പമുണ്ട്. ആറു മാസത്തോളം സുബൈർക്ക എന്നെ സ്നേഹിച്ചും കരുതിയും ജീവിതം തുടർന്നു. ’ സുബൈർക്ക എന്ന് റിൻഷാദ് മനസ്സിലുരുവിട്ടു.

‘അദ്ദേഹം നല്ല മനുഷ്യനായിരുന്നു. കുടുംബത്തിൽ ഒരു കല്യാണമുണ്ടായ ദിവസം ...... ബന്ധുക്കളാരൊക്കെയോ ഞങ്ങളെ പലതും പറഞ്ഞു കളിയാക്കി. ഞങ്ങളുടെ ഇടയിൽ സെക്ഷ്വൽ റിലേഷൻഷിപ് ഒന്നും ഉണ്ടായിട്ടില്ലെന്ന് ആർക്കും അറിയില്ലായിരുന്നു. അദ്ദേഹത്തിന്റെ ഫ്രന്റ്സും എന്തൊക്കെയോ പറഞ്ഞു എന്ന് തോന്നുന്നു. അന്ന് രാത്രി പതിവുപോലെ ഞാൻ നിലത്തും അദ്ദേഹം കിടക്കയിലുമാണ് കിടന്നത്. ഞാൻ ഉറങ്ങിപ്പോയിരുന്നു. എന്തൊക്കെയാണ് സുബൈർക്കക്ക് തോന്നിയേ എന്ന് എനിക്കറിയില്ല. ഏകദേശം ഒരു മണിയായിക്കാണും. സുബൈർക്ക എന്നെ കിടക്കയിലേക്ക് കിടത്തി. ഞെട്ടിയുണർന്ന ഞാൻ തണുത്ത് വിറങ്ങലിച്ചു പോയി. മരവിച്ച എന്നെ അദ്ദേഹം....... ’ അവൾ തേങ്ങി

‘റേപ്പ് ചെയ്തു. ’ കൈകൊണ്ട് മുഖം പൊത്തി അവൾ പൊട്ടിക്കരഞ്ഞു.

എന്തു ചെയ്യണമെന്നറിയാതെ റിൻഷാദ് ചുറ്റുപാടും നോക്കി. കൈയിലുള്ള കർചീഫെടുത്ത് അവളുടെ മുഖം തുടച്ചു കൊടുത്തു.

‘കരയല്ലേ ’ എന്നു പറഞ്ഞവളുടെ ചുമലിൽ തട്ടിയപ്പോൾ ...... ഒരു താങ്ങു തേടി അവളവന്റെ ചുമലിലേക്ക് ചാരി. പൊട്ടിപ്പൊട്ടിക്കരഞ്ഞു.

അവളുടെ ഹൃദയം പൊട്ടിയ കരച്ചിൽ കേട്ട് അവന്റെ നെഞ്ച് വേദനിച്ചു. കണ്ണു നീറി. എങ്കിലും കരഞ്ഞു തീരട്ടെ എന്ന തോന്നലിൽ അവൻ നിശബ്ദനായിരുന്നു.

പെട്ടെന്നവൾ ഞെട്ടിയെണീറ്റു.

മുഖം തുടച്ച് ചുറ്റും നോക്കിയിട്ട് ചോദിച്ചു. 'എന്തേ വണ്ടി നിർത്തിയത്? '

'ഇപ്പോ നിർത്തിയതല്ല. നിന്റെ സംസാരം മുഴുവനും ഞാൻ ഇവിടെയിരുന്നാ കേട്ടത്. നോക്ക് നമ്മൾ പള്ളിടടുത്ത് എത്തീട്ടെ ഉള്ളു. ' റിൻഷാദ് പറഞ്ഞപ്പോൾ അവൾ ഒന്നുകൂടി ചുറ്റും നോക്കി.

'നോക്ക് ..... നിനക്ക് എന്തൊക്കെയോ പ്രശ്നങ്ങൾ ഉണ്ടെന്ന് എനിക്കറിയാരുന്നു. നമുക്ക് ഒരു സൈക്കോളജിസ്റ്റിനെ കണ്ടാലോ? ' ചമ്മലോടെ ചിരിക്കുന്നവളുടെ മുഖത്തു നോക്കി ശാന്തനായി അവൻ പറഞ്ഞു.

'സൈക്കോളജിസ്റ്റോ ..... എന്തിന്? ' അവൾ ഞെട്ടി.

'രണ്ടു മൂന്ന് സിറ്റിംഗ് ഉള്ള കൗൺസലിംഗ് കൊണ്ട് നിന്റെ പ്രശ്നങ്ങളൊക്കെ മാറും.

എന്റെ ഫ്രന്റുണ്ട് ശ്രേയ . നമുക്ക് അങ്ങോട്ട് പോയാലോ? ' അവൻ എല്ലാം ആദ്യമേ തീരുമാനിച്ച് ഉറപ്പിച്ചിരുന്നു.

'എനിക്കെന്ത് പ്രശ്നം? ഞാനിപ്പോൾ ഹാപ്പിയാണ്. ' അവൾ ചിരിച്ചു കൊണ്ട് പറഞ്ഞു.

'ഞാൻ ഹാപ്പിയല്ല. ' റിൻഷാദ് മുഖം വീർപ്പിച്ചു.

'എന്നാൽ പോയേക്കാം. അതിനിനി ഇയാള് പിണങ്ങണ്ട. ' അവൾ കുസൃതിയോടെ ചിരിച്ചു.

റിൻഷാദ് കാർ മുന്നോട്ടെടുത്തു.

ഒന്നരക്കിലോ മീറ്റർ ദൂരമേ ഉണ്ടായിരുന്നുള്ളു ശ്രേയയുടെ വീട്ടിലേക്ക്.

കൺസൽട്ടിങ്ങ് വീട്ടിൽ ഉണ്ടായിരുന്നില്ല. വാതിൽ തുറന്ന ശ്രേയ അവരെ സിറ്റിങ് റൂമിലാണ് ഇരുത്തിയത്.

ചിരിയോടെ സംസാരം തുടങ്ങിയ ശ്രേയയെ മിൻസിയക്ക് നല്ല ഇഷ്ടമായി. മിൻസിയയുടെ തൊട്ടടുത്തിരുന്ന് , അവളുടെ കരം കവർന്ന് കൊണ്ടാണ് അവർ സംസാരിച്ചിരുന്നത്.

'നിങ്ങൾ വിവാഹം കഴിക്കാൻ തീരുമാനിച്ച സ്ഥിതിക്ക് ഇനി നമുക്ക് കുറച്ച് കൗൺസിലിങ്ങ് ടോക്ക് നടത്താം ' ശ്രേയ പറഞ്ഞു.

മിൻസിയ ഞെട്ടിക്കൊണ്ട് അവളുടെ കൈ വലിച്ചു. ഇതൊക്കെ എപ്പോ എന്ന ഭാവത്തിൽ റിൻഷാദിനെ നോക്കി കണ്ണുരുട്ടി. അവനവളോട് കണ്ണു ചിമ്മിച്ചിരിച്ചു.

ശ്രേയ അവരുടെ ഗോഷ്ഠി കണ്ടു ചിരിച്ചു.

'എന്തായാലും പ്രശ്നങ്ങൾ പറയൂ '

കാറിലിരുന്ന് മിൻസിയ പറഞ്ഞതത്രയും റിൻഷാദ് വള്ളിപുള്ളി വിടാതെ വിവരിച്ചു.

മിൻസിയ അവനെ കണ്ണിമവെട്ടാതെ നോക്കിയിരുന്നു. തന്റെ കാര്യങ്ങൾ കൃത്യമായി പറയുന്നവനോട് അവൾക്ക് അലിവു തോന്നി , ഇഷ്ടം തോന്നി പിന്നെയുമെന്തൊക്കെയോ തോന്നി.

അവളുടെ തോന്നലുകളോട് അവളുടെ ശരീരം എതിർപ്പു പ്രകടിപ്പിച്ചു. അവൾ തണുത്തു തുടങ്ങി.

റിൻഷാദ് പറയുന്ന കഥകൾ കേൾക്കെ ശ്രേയ വീണ്ടും അവളുടെ കൈകൾ കവർന്നു , കോർത്തുപിടിച്ചു.

അവളുടെ കൈകളിൽ പടർന്ന തണുപ്പറിഞ്ഞ ശ്രേയ തലചരിച്ച് അവളുടെ മുഖത്തേക്ക് നോക്കി. നീലച്ചു പോയ ചുണ്ടും മിഴിച്ച കണ്ണുകളുമായി ഇരിക്കുന്നവൾ ഈ ലോകത്തല്ലെന്നറിഞ്ഞു. എങ്കിലും ചോദിച്ചു.

'എന്നിട്ട് നിനക്ക് എന്താണ് പിന്നീട് സംഭവിച്ചത്. '

മിൻസിയ യാന്ത്രികമായി തുടർന്നു. 'അന്ന് ബോധം മറഞ്ഞ എന്നെ ഹോസ്പിറ്റലിൽ കൊണ്ട് പോവേണ്ടി വന്നു.

ബ്ലീഡിങ്ങും ഉണ്ടായി. സുബൈർക്കക്ക് മാനക്കേടായി. എന്നെ വേദനിപ്പിക്കാനും ആൾക്ക് വല്യ താൽപര്യമൊന്നുമുണ്ടായിരുന്നില്ല. '

അവൾ ശാന്തയായി കഥ പറയുമ്പോൾ മുഖം തെളിഞ്ഞതും കയ്യിന്റെ തണുപ്പകന്നതും ശ്രേയയറിഞ്ഞു.

'കുടുംബക്കാരൊക്കെ ഇടപെട്ടപ്പോൾ കാര്യം കയ്യീന്ന് പോയി. പരസ്പരം സ്നേഹമാവുമോ എന്ന് നോക്കാൻ ഇദ്ദ കാലം മൊത്തം ഇക്കാടെ വീട്ടിൽ തന്നെ എന്നെ നിർത്തി. മൂപ്പര് നല്ല ഭക്തനാണ്. സ്നേഹവും ഉണ്ട്. കുറേ കഥകൾ പറഞ്ഞും കൂടെ നടന്നും ഒക്കെ ന്നെ മെരുക്കാൻ നോക്കി. അല്ലാഹുവിന്റെ സിംഹാസനം വരെ കുലുങ്ങണ കാര്യാ വിവാഹ മോചനം എന്ന് പറഞ്ഞു തന്നു. ഇൻക്കും ആളോട് ഇഷ്ടക്കുറവൊന്നും ണ്ടായില്ല. പക്ഷേ ഒരു റൂമിൽ മൂപ്പരെ കൂടെ നിക്കണംന്ന് ആലോയ്ചാൽ ഞാൻ തണുത്തുറയും. മൂപ്പരടുത്ത് വന്നാൽ തളരും. എന്നെ തൊട്ടാൽ ഞാൻ ബോധം കെട്ടു വീഴും. ഇതിനൊന്നും യാതൊരു മാറ്റവും ഉണ്ടായില്ല. അങ്ങനെയാണ് ഡിവോഴ്സായത്.

മൂപ്പര് വേറെ കല്യാണം കഴിച്ചു. കുട്ടികളായി. എനിക്കും ജോലിയൊക്കെയായി. ' അവൾ നിർത്തി.

'എല്ലാർക്കും സുഖം. ' അവൾ കുസൃതിച്ചിരിയോടെ റിൻഷാദിനെ നോക്കി. അവനും ചിരിച്ചു.

'റിൻഷാദിനെ മിൻസിയക്ക് ഇഷ്ടമല്ലേ ..... അവന്റെ കൂടെയുള്ള ജീവിതത്തിൽ സന്തോഷമുണ്ടാവില്ല എന്നോ മറ്റോ തോന്നലുണ്ടോ? ' കൈയിലൊന്നമർത്തി അവളോട് കണ്ണിറുക്കിക്കൊണ്ടാണ് ശ്രേയയുടെ ആ ചോദ്യം.

ലോകത്തെ മുഴുവൻ നിഷ്കളങ്കതയും വാരിയെടുത്ത് മുഖത്തണിഞ്ഞ് വളരെ ദയനീയമായി റിൻഷാദ് അവളെ നോക്കി.

'ഹേയ്.... ' മിൻസിയ ചിരിച്ചു.

'നിങ്ങൾ പരസ്പരം എല്ലാ കാര്യങ്ങളും സംസാരിക്കൂ... രണ്ടു ദിവസം കഴിഞ്ഞ് ക്ലിനിക്കിൽ വരൂ...' ശ്രേയ പറഞ്ഞു നിർത്തി.

അവരിരുവരും എഴുന്നേറ്റു.

രണ്ടു ദിവസം വളരെ പെട്ടെന്ന് കടന്നുപോയി. തുലാമഴപ്പെയ്ത്തുപോലെ ഒഴിവു സമയങ്ങളിൽ അവർ പരസ്പരം സംസാരിച്ചു കൊണ്ടേയിരുന്നു.

ശ്രേയയോടുള്ള സംസാരം മിൻസിയയെ കൂടുതൽ ഊർജസ്വലയാക്കി.

വീണ്ടുമൊരു മഴ ദിവസം...... ചൂടു ചായയും കുടിച്ച് സ്റ്റാഫ് റൂമിൽ സിന്ധു ടീച്ചറേയും കാത്തിരിക്കെ എന്തൊക്കെയോ പഴയ കഥകൾ പറഞ്ഞു തീർത്തിരുന്നു റിൻഷാദും മിൻസിയയും.

'നീ പിന്നീട് സുബൈറിനെ കണ്ടിട്ടുണ്ടോ?' എന്ന് മടിച്ച് മടിച്ചാണ് റിൻഷാദ് ചോദിച്ചത്.

'പിന്നില്ലാതെ? ഞങ്ങളെ വീടിന്റെ അടുത്താ വീട്. അയാളുടെ ഭാര്യക്കും മക്കൾക്കും ഒക്കെ ന്നെ അറിയാം. ന്നെ കാണുമ്പോൾ ഒരു സഹതാപാ ഓർക്കൊക്കെ. ' പറഞ്ഞു തുടങ്ങിയത് ആവേശത്തോടെ ആണെങ്കിലും ഒടുവിലവളുടെ തൊണ്ടയിടറി. കണ്ണുകൾ തുളുമ്പി.

'പോട്ടെ ടോ ' എന്ന് റിൻഷാദവളെ ചേർത്തുപിടിച്ചു. പൊടുന്നനെ അവൾ തണുത്തുറഞ്ഞു. അവന്റെ കൈകളിലൂടെ അവൾ താഴേക്കൂർന്നു പോയി. ഒരു പഞ്ഞിക്കെട്ടു പോലെ ഭാരമില്ലാതെയായി അവളവിടെ തളർന്നു വീണു. സ്റ്റാഫ് റൂമിലേക്ക് കയറിവന്ന സിന്ധു ടീച്ചർ പരിഭ്രമിച്ചു , ഉറക്കെ കരഞ്ഞു.

റിൻഷാദവളെ കുലുക്കി വിളിച്ചു.

പകച്ചു കൊണ്ടുണർന്നവളെ സിന്ധു ടീച്ചർ അലിവോടെ നോക്കി.

'എനിക്കിതൊന്നും വിധിച്ചിട്ടില്ല ടീച്ചറെ. ' ടീച്ചറെ കെട്ടിപ്പിടിച്ചവൾ തേങ്ങിക്കരഞ്ഞു.

ടീച്ചർ റിൻഷാദിന്റെ നേരെ നോക്കി. അവൻ നേരിയ അപരാധബോധത്തോടെ തല താഴ്ത്തി.

'നിങ്ങളിന്ന് ശ്രേയയേടടുത്ത് ഒന്നു കൂടി പൊയ്ക്കൊള്ളു' ടീച്ചറുടെ വാക്കുകൾ റിൻഷാദിന് സമാധാനം നൽകി. മിൻസിയയും വലിയ ആശ്വാസത്തിൽ ഒന്നു ചിരിച്ചു.

കാർ നിറഞ്ഞ മാനത്ത് മങ്ങിക്കാണുന്ന സൂര്യനെപ്പോലെ തെളിച്ചം കുറഞ്ഞ ഒരു ചിരി.

ശ്രേയയുടെ മുന്നിലിരിക്കുമ്പോൾ അവൾ തികച്ചും ശാന്തയും നിശ്ശബ്ദയുമായിരുന്നു. റിൻഷാദിന്റെ വാക്കുകൾ കേൾക്കെ അവൾ അവന്റെ കൈകൾ പിടിച്ചു. റിൻഷാദവളെ ഒരു സംശയത്തോടെയാണ് ചേർത്തുപിടിച്ചത്.

ശാന്തയായി തന്നോട് ചേർന്നിരിക്കുന്നവളെ അരുമയായി ഒന്നു നോക്കി അവൻ പറഞ്ഞു

' ശ്രേയ ..... ഇവൾ സ്വയമറിയാതെ മറച്ചു പിടിക്കുന്ന എന്തോ ഒന്ന് ഇവളുടെ ജീവിതത്തിലുണ്ടായിട്ടുണ്ട് എന്ന് എനിക്ക് തോന്നുന്നു. '

അതേ യെന്ന് തലയാട്ടിക്കൊണ്ട് ശ്രേയ മിൻസിയയെ നോക്കി.

' അതു നമുക്ക് പുറത്തെടുക്കണ്ടേ മിനു? '

അവൾ ശരിയെന്ന് തലയിളക്കി, റിൻഷാദിലേക്ക് ഒന്നു കൂടി ചേർന്നിരുന്നു.

അവനും അവളെ ചുറ്റിപ്പിടിച്ചിരുന്ന കൈകൾ ഒന്നു മുറുക്കി.

ഞാനുണ്ട് കൂടെയെന്ന് അവളുടെ മുഖത്തേക്ക് നോക്കിയൊന്ന് ചിരിച്ചു കൊണ്ട് , ശ്രേയയെ നോക്കി.

'നാളെ ക്ലിനിക്കിൽ വരൂ.... നമുക്ക് ഒരറ്റ കൈ നോക്കാം. ' ശ്രേയ പറഞ്ഞപ്പോൾ അവരെഴുന്നേറ്റു .

രാവിലെത്തന്നെ ചീഞ്ഞു പെയ്യുന്ന മഴയിൽ ഒരുങ്ങാൻ മടിച്ചു നിന്നവളെ സിന്ധു ടീച്ചർ വഴക്കു പറഞ്ഞു. രണ്ടു പേരും ഒരുമിച്ചാണ് ഇറങ്ങിയത്. ഹോസ്റ്റൽ ഗേറ്റിൽ കാത്തു നിന്നിരുന്ന റിൻഷാദ് ടീച്ചറെ സ്കൂളിനു മുന്നിൽ ഇറക്കിയ ശേഷമാണ് ശ്രേയയുടെ ക്ലിനിക്കിലേക്ക് പോയത്. രണ്ടു പേരും അന്ന് ലീവെടുത്തിരുന്നു.

ഹിപ്നോട്ടൈസേഷനു കൺസെന്റ് ഒപ്പിട്ട് കൊടുത്തപ്പോൾ അവളുടെ കൈ വിറച്ചു. റിൻഷാദവളുടെ ചുമലിൽ തൊട്ടു .

ഇൻജക്ഷന്റെ മയക്കത്തിൽ ശ്രേയക്കു മുന്നിലെ ബെഡിൽ കണ്ണടച്ചു കിടക്കുന്നവളെ നോക്കി റിൻഷാദ് നിശബ്ദനായിരുന്നു. എന്തിനോ പെയ്ത കണ്ണുനീർ അവന്റെ കാഴ്ച മറച്ചു. മറഞ്ഞ കാഴ്ചക്കപ്പുറത്തേക്ക് ഒരു ചലച്ചിത്രം പോലെ മിൻസിയയുടെ തളർന്ന ശബ്ദം പെയ്തിറങ്ങി.

****

15 വയസ്സുള്ള പാവാടക്കാരി. അവൾ തറവാട്ടിൽ വിരുന്നു വന്നതാണ്. ഉമ്മ അവളെ തറവാട്ടിലാക്കി എങ്ങോട്ടോ പോയിരിക്കുന്നു. അവിടെയവൾ ഉച്ചമയക്കത്തിലാണ്. അവളുടെ അടുത്ത് ആരോ വന്നു കിടന്നു. അവൾ തിരിഞ്ഞു നോക്കി. ഏറെ പ്രിയപ്പെട്ട കുഞ്ഞുപ്പാനെ കണ്ട അവൾ ഉറക്കം തുടർന്നു. പക്ഷേ അവളുടെ കുപ്പിവളയിട്ട വലത്തേ കൈ അയാൾ പതിയെ പിടിച്ചെടുത്തു. അവളുടെ വളകളുടഞ്ഞു. അവളുണർന്നെങ്കിലും പേടികൊണ്ടവൾ മരവിച്ചു പോയി. അയാളവളുടെ കൈകൾ എവിടെയൊക്കെയോ സ്പർശിപ്പിച്ചതവളറിയുന്നുണ്ടായിരുന്നു. അവളുടെ നനുത്ത കൈകളിലൂടെ കുപ്പിവള കോറി മുറിഞ്ഞ രക്തമൊഴുകി. അതിന്റെ നോവവളറിഞ്ഞില്ല. ചത്തുപോയ കൈകാലുകളും നിലച്ചുപോയ ശബ്ദവുമായി അയാളെണീറ്റു പോകുവോളവും അവളവിടെ കിടന്നു.

അയാൾ പോയപ്പോൾ അവൾക്ക് ശ്വാസം വീണ്ടുകിട്ടി. അവൾ പതിയെ കൈയനക്കി നോക്കി. ഇടതു കൈ കൊണ്ട് വലതു കൈ മെല്ലെത്തലോടി. ചോര കട്ടപിടിച്ച കൈയിലെ കൊഴുപ്പ് തൊട്ടവൾ ഓക്കാനിച്ചു. അലറിക്കരഞ്ഞവൾക്ക് മുന്നിൽ ഇരുട്ടിന്റെ വലിയ മതിൽ വന്നു വീണു.

****

മയക്കത്തിൽ തേങ്ങിക്കരയുന്നവളെ നോക്കി റിൻഷാദ് സ്തബ്ധനായി ഇരുന്നു.

പുറത്തേക്ക് വരാൻ ശ്രേയ കണ്ണു കാണിച്ചു.

‘ അവളുണരുമ്പോൾ ഒരു പക്ഷേ ഈ കാര്യം ആൾക്ക് ഓർമ്മയുണ്ടാവില്ല. എങ്കിൽ നീയായിട്ടൊന്നും ചോദിക്കരുത്.

അന്നത്തെ സംഭവത്തോടെ അടുപ്പമുള്ള പുരുഷൻ മാരോട് അവൾക്ക് ഒരു ഭയം വന്നു കാണും. പിന്നീടെന്താണ് ഉണ്ടായത് എന്ന് നമുക്കറിയില്ലല്ലോ.... ’ ശ്രേയ പറഞ്ഞു.

‘പത്താം ക്ലാസ് കഴിഞ്ഞപ്പോൾ അവൾക്ക് മെന്റൽ ഷോക്ക് വന്നെന്നും അതാണ് +2 കഴിഞ്ഞപ്പൊത്തന്നെ കല്യാണമുണ്ടാക്കിയത് എന്നും ഓള് പറഞ്ഞിട്ടുണ്ട്. ’ റിൻഷാദ് പറഞ്ഞു.

‘മഴയാണോ ..... കല്യാണമാണോ പേടി എന്നൊക്കെയാണ് അവൾക്ക് സംശയം ’ അവൻ തുടർന്നു.

‘നീ പേടിക്കണ്ട ..... ഇപ്പോത്തന്നെ ഷി ഫീൽസ് കംഫർട്ടബിൾ വിത്ത് യൂ.... ഒന്നു കൂടി അടുത്ത ശേഷം മതി കല്യാണം ’ ശ്രേയ അവന് ധൈര്യം കൊടുത്തു.

‘ഇങ്ങളിവിടിരിക്യാ... ഞാൻ കുറേ ഉറങ്ങിപ്പോയോ ? ’ എന്നു ചോദിച്ചു കൊണ്ട് മിൻസിയ കടന്നു വന്നു.

‘ഹായ് ...... ഉഷാറായല്ലോ.... ’ ശ്രേയ അവളെ പുണർന്നു.

റിൻഷാദവളെ പ്രണയപൂർവം നോക്കി.

‘പോയാലോ? ’ അവൾ ചോദിച്ചു. അവൻ യാന്ത്രികമായി തലയാട്ടി, അവളുടെ അടുത്തേക്ക് നടന്നു.

അവളവനെ സ്നേഹത്തോടെ നോക്കി.

അവനവളെ ചേർത്തു പിടിച്ചു. നെറ്റിയിൽ ചുംബിച്ചു.

അവളാകെത്തരിച്ചു പോയി.

അന്നാദ്യമായി ഒരു പുരുഷ സ്പർശത്താൽ അവൾ പൂത്തുലഞ്ഞു. അവളറിയാതെ അവനോട് ചേർന്നു നിന്നു .

‘ശരി .... ശരി.....ഇനിയെന്നാൽ കല്യാണമൊക്കെ പെട്ടെന്നാക്കിയാലോ? ’ ശ്രേയ ചിരിച്ചു.

അവരിരുവരും പരസ്പരം അകന്നു മാറി. ശ്രേയയോട് യാത്രപറഞ്ഞ് പുറത്തിറങ്ങി.

അവൻ അവളുടെ ഇളം ചൂടുള്ള വലം കൈ കോർത്ത് പിടിച്ചു നടന്നു. കാറിൽ കയറിയപ്പോഴേക്കും വീണ്ടും മഴ തുടങ്ങിയിരുന്നു. ഒരു പാട് മഴപ്പെയ്ത്തുകൾക്ക് മുന്നോടിയായി........

മനം പെയ്ത നൊമ്പരങ്ങളത്രയും

കഴുകിത്തണുപ്പിക്കാനായി .....

മഴ തോരാതെ പെയ്തു.

ജീവിതച്ചുമരുകൾ.

ജീവിതം ഒരു തുടർക്കഥ

മനുഷ്യൻ ആരെയൊക്കെയോ ബോധിപ്പിക്കാൻ വേണ്ടി ചെയ്യുന്ന ചില കർമ്മങ്ങളാണ് ആചാരങ്ങൾ. ചിലതു അത്യാവശ്യം ചിലത് ആവശ്യവുമാവും. എന്നാൽ പലതും അനാവശ്യമോ അക്രമമോ ആയി കാണുന്നു. അവയെ ദുരാചാരം എന്നു പറയാം. (എന്റെ കാഴ്ചപ്പാടാണ് കെട്ടോ)

വിവാഹം ഒരാചാരമല്ലേ....? എന്തായാലും വിവാഹവുമായി ബന്ധപ്പെട്ട എന്ന പേരിൽ പല ദുരാചാരങ്ങളും നടക്കുന്നു.

****

വർഷങ്ങൾക്ക് മുൻപ് : എന്റെ കൂട്ടുകാരിയുടെ വീട്. അവളുടെ വിവാഹം.

വലിയ പണക്കാരായ ചെറുക്കൻ വീട്ടുകാർ. സാധാരണക്കാരായ എന്റെ കൂട്ടുകാരിയുടെ വീട്ടുകാർ.

ചെറുക്കനും കൂട്ടരും കൂടി അവളുടെ വീട്ടിലേക്ക് വന്നതാണ്. പെട്ടെന്നാണ് അവർ വരുന്നു എന്നു പറഞ്ഞത്. അവൾക്ക് ഒരു സാധാരണ ചുരിദാർ മാത്രമാണ് ഒരുക്കം. ഞാനവൾക്ക് അല്പം പൗഡർ കൂടി ഇട്ടു കൊടുത്തു.

അവളുടെ ചെറിയ വീട്ടിലേക്ക് കയറിവന്ന ഓരോരുത്തരും അവനവന്റെ ഗാംഭീര്യം എടുപ്പിലും ഉടുപ്പിലും നടപ്പിലും പ്രകടമാക്കിക്കൊണ്ടിരുന്നു. വിനമ്രപൂർവ്വമുള്ള ചിരിയോടെ വിരുന്നുകാരെ സ്വാഗതം ചെയ്തവരുടെ മുകളിലേക്ക് അവരുടെ പൊട്ടിച്ചിരിയും അട്ടഹാസങ്ങളും തീ പോലെ വന്നു പതിച്ചു.

അവളുടെ ഫാൻസി വളകളിട്ട കയ്യും മഹർമാല മാത്രമണിഞ്ഞ കഴുത്തും ഉഴിഞ്ഞു നോക്കിയവരാരേയും ഒരു കാലത്തും മനസ്സു നിറഞ്ഞൊന്ന് സ്നേഹിക്കാൻ തോന്നുമെന്ന് എനിക്ക് തോന്നിയില്ല.

വിളറിയ മുഖവുമായി നിന്ന അവൾ എന്നോട് ഒന്നു കണ്ണുചിമ്മി ചിരിക്കുന്ന പോലെ കാണിച്ചു. അതായിരുന്നു അവളുടെ തോൽവിയുടെ ആരംഭം. (എന്റെ കാഴ്ചയിൽ)

പഠനവും എഴുത്തും വായനയുമൊക്കെ ജീവശ്വാസമായി കണ്ടവൾ എത്തപ്പെട്ട കുടുംബത്തിന്റെ ഏകദേശ രൂപമായിരുന്നു അവിടെക്കു കടന്നുവന്ന ആൾരൂപങ്ങൾ.

അവളുടെ വേഷം മാറ്റിയൊരുക്കിയ ഒരു ആന്റിയിലും അവളെ അലിവോടെ നോക്കി നിന്ന ഏട്ടത്തിയിലും മാത്രമാണ് സ്നേഹം കണ്ടത്. ഒരുങ്ങിയിറങ്ങിയ അവളെ നോക്കി കണ്ണു വിടർത്തി ചിരിച്ച ഏട്ടനും ..... പിറകിലേക്ക് വിരുത്തിയിട്ട ദുപ്പട്ടയെടുത്ത് തലയിലേക്കിട്ടപ്പോൾ അതു നന്നായി എന്നു പറഞ്ഞ അവളുടെ നല്ല പാതിയും അവളെ ഉൾക്കൊണ്ടു എന്ന് എനിക്കു തോന്നി.

****

ജീവിതമൊരുപാട് മുന്നോട്ട് പോയപ്പോൾ ഒരിക്കലവളെന്നോട് പറഞ്ഞു. എന്റെ മക്കളെക്കൊണ്ട് പെണ്ണു കെട്ടിക്കുമ്പോൾ ഞാൻ ഒരിക്കലും സമ്പത്ത് ഒരു മാനദണ്ഡമാക്കൂലാന്ന്.

പിന്നിന്നലെ അവൾ പൊട്ടിച്ചിരിച്ചോണ്ട് പറയാ .... അതിന് മക്കൾക്ക് ആ വിചാരം വേണ്ടേ ? .... ന്ന്

****

തിരിച്ചറിവ്.

വലിയ ഹാളിലെ സോഫയിൽ നിലത്തിരിക്കും പോലെ പടിഞ്ഞിരിക്കുകയാണയാൾ!

അങ്ങിനെ ഇരിക്കരുതെന്ന് അയാൾ വിലക്കുമെന്ന് അറിയാവുന്നതുകൊണ്ട് അയാൾ കാൺകെ അങ്ങിനെ ഇരിക്കാറില്ലാത്ത മക്കൾ എവിടെ? അയാൾ ചുറ്റുമൊന്ന് നോക്കി. എല്ലാരും ഹാളിൽ പലഭാഗത്തായി നിൽക്കുന്നുണ്ട്. എല്ലാരുടേയും തല താഴ്ന്നിട്ടുണ്ട്. കൈ കെട്ടിയാണ് നിൽപ് .

വീണ്ടുമയാളുടെ കണ്ണുകൾ ചുറ്റും പരതി. മോളെവിടെ? മോൾ ആ കട്ടിലിന്റെ തല ഭാഗത്തിരിപ്പുണ്ട്. മോളുടെ കണ്ണ് നിറഞ്ഞിട്ടുണ്ട്.......

‘ ന്റെ കുട്ടികളുടെ കണ്ണ് നിറയണത് ഇനിക്ക് കാണാൻ കയ്യൂല...... ’ അവൾ എപ്പോഴും പറയാറുള്ളത് അയാളോർത്തു.

അയാളുടെ കണ്ണുകൾ നിരർത്ഥകമായി അവിടവിടെ പരതി നടക്കണത് കണ്ടാവണം കൈ കെട്ടി നിന്നിരുന്നവർ ചുറ്റും വന്നിരുന്നത്. ഒരു കരച്ചിലോ ..... വിങ്ങിപ്പൊട്ടലോ ഉണ്ടാവാനുള്ള സാധ്യത മുന്നിൽക്കണ്ട് ഏതോ ഒരു കാരണവർ അയാൾക്കരികിലിരുന്നു. അദ്ദേഹം മക്കളുടെ തല തഴുകിക്കൊണ്ട് പറഞ്ഞു. ‘ഓള് ഭാഗ്യം ചെയ്തവളാ.... മക്കളുടെയും ഇണയുടെയും പ്രാർത്ഥനയും കൊണ്ട് പോവാൻ കഴിയുന്നത് ഭാഗ്യം തന്നെ. ’

അപ്പോളയാളുടെ ചെവിയിൽ അവളുടെ വാക്കുകൾ മുഴങ്ങി ......‘ ഇങ്ങളെ ദേഷ്യം പിടിപ്പിക്കാതെ മക്കളുടെ ഇഷ്ടം നേടാനും , മക്കളെ വെറുപ്പിക്കാതെ ഇങ്ങളെ ഇഷ്ടം നടപ്പാക്കാനും വേണ്ടി പരക്കം പാഞ്ഞ് പാഞ്ഞ് ഞാൻ തളർന്നു ട്ടൊ. ഇനിയെങ്കിലും എനിക്ക് കുറച്ച് എനിക്കും വേണ്ടി ജീവിക്കണം. ’

അവളെവിടെ? അയാളുടെ കണ്ണുകൾ അവൾക്കായി പരതി.

മകളിരിക്കുന്ന കസേരക്കരികിൽ ഈ ഉമ്മറത്ത് ആളുകൾ വരുന്നതും കണ്ടു പോവുന്നതുമൊന്നും ഒരു തരത്തിലും ബാധിക്കാതെ മുഖത്ത് ഒരു ചെറു പുഞ്ചിരിയുമായി അവൾ കണ്ണടച്ച് കിടക്കുന്നു. വെള്ള പൊതിഞ്ഞ അവളുടെ ശരീരത്തിലേക്ക് അയാളുടെ കണ്ണുകളെത്തി. അവളുടെ മുഖത്ത് വെളിച്ചമോ ഇരുട്ടോ എന്ന് പരതുകയായിരുന്നു അയാൾ .... തലക്കുള്ളിൽ വീണ്ടും അവളുടെ ശബ്ദം മുഴങ്ങി. 'എന്തായാലും പടച്ചോൻ ന്റെ ഇഷ്ടങ്ങൾ നടപ്പാക്കാതിരിക്കൂല. അതുറപ്പ്. '

അന്നവളുടെ വാക്കുകൾക്ക് നേരെ പുഛിച്ച് മുഖം കനപ്പിച്ച അയാളുടെ ചെവിയിൽ ഇപ്പോൾ മറ്റൊരു ശബ്ദം മുഴങ്ങി.

'എടുക്കാറായില്ലേ....... '

അവസാനമായി.

അയാളുടെ കണ്ണുകൾ പെയ്യുകയായിരുന്നു. അവൾ അയാളുടെ കൈകൾ മുറുകെ പിടിച്ചു. ഇനിയൊരു ശക്തിക്കും വിട്ടു കൊടുക്കാൻ വയ്യ എന്ന മട്ടിൽ അയാൾ തല കുലുക്കിക്കൊണ്ടിരുന്നു.

ഒരുപാടു സമയം ഇരുന്നതിനാലാവാം അയാൾ തളർന്നിരുന്നു. കണ്ണുകൾ പതിയെ അടഞ്ഞു.

****

അവൾക്ക് തീരെ താല്പര്യമില്ലായിരുന്നു അന്നാ വേഷം ധരിക്കാൻ. ഇഷ്ടമില്ലാത്ത കളർ .... ഇഷ്ടമില്ലാത്ത ഫാഷൻ.

പതിയെ ഒന്നു പറഞ്ഞു നോക്കിയതാണ്. ഇഷ്ടവേഷം ധരിക്കാൻ.

പെട്ടെന്നെന്തോ അവനത് ഇഷ്ടമായില്ല.

അവളുടെ ഇഷ്ടനിറങ്ങളായ കരിം നീലയും കാപ്പിയും ചാരക്കളറുമെല്ലാം അവന്റെ അഭിപ്രായത്തിൽ അന്തമില്ലാത്ത കളറുകളാണ്.

പെട്ടന്നാണവന് അരിശം വരിക. അരിശം വന്നാൽ അവൻ ചെകുത്താനായി മാറും.

ഏത് വാക്കുകളാണ് വായിൽ നിന്നു വരിക എന്നറിയില്ല. കത്തിജ്വലിച്ചു കൊണ്ട് അവൻ പറഞ്ഞു.

'സൗകര്യമുണ്ടെങ്കിൽ ഇട്ട് കൂടെ പോന്നോളു........ അല്ലെങ്കിൽ എങ്ങിട്ടാന്ന് വെച്ചോ പോയ്ക്കോ ...... ഇവിടെന്ന് ഇറങ്ങിപ്പോയ്ക്കോ...... '

അവൻ തീ പോലെ തുപ്പിയ വാക്കുകളിൽ അവൾ പൊള്ളിപ്പിടഞ്ഞു. മൗനം മറ തീർത്ത മുഖത്ത് കണ്ണുനീരൊഴുകിയില്ല. കണ്ണുനീരത്രയും ഉള്ളിലെ കനൽ കെടുത്താനെന്നോണമുൾവലിഞ്ഞു പോയ്.

കടും ചുവപ്പും വയലറ്റും നിറത്തിലുള്ള തിളങ്ങുന്ന വേഷത്തിൽ അവൾക്ക് നല്ല പകിട്ടുണ്ടായിരുന്നു.

കേട്ട കനൽക്കാറ്റൊന്നും ബാധിക്കാത്ത മട്ടിൽ ചിരിയോടെ ഇറങ്ങി വന്ന് 'പോകാം ' എന്ന് പറഞ്ഞവളെ അവൻ തെല്ലതിശയത്തിൽ തന്നെയാണ് നോക്കി നിന്നത്.

സ്വന്തം മുഖത്തെ കോപത്തിന്റെ അവശിഷ്ടങ്ങൾ കളയാനെന്നോണം മുഖമൊന്നമർത്തിത്തുടച്ച് അവൻ പുറത്തിറങ്ങി.

****

അവളുടെ ഞരക്കം കേട്ട് അവൻ കണ്ണു തുറന്നു.

എന്താ എന്നവൻ വെപ്രാളത്തോടെ ചോദിച്ചു. അവളുടെ മുഖം വേദനയാൽ ഒന്നുകൂടി ചുളുങ്ങി.

'നിന്നെ ഒറ്റക്കാക്കി പോകാൻ തോന്നണില്ല എനിക്ക് .

നിന്റെ കോപവും താപവും ഒക്കെ ഒന്ന് കുറക്കണം ഇനിയെങ്കിലും .

ഈ നെഞ്ചിൽ നിറയെ സ്നേഹമുണ്ടെന്ന് മറ്റാർക്കും മനസ്സിലാക്കാനാവില്ല. '

ഇടറിയ വാക്കുകൾക്കൊടുവിൽ അവൾ തേങ്ങിപ്പോയി.

നിയന്ത്രണം വിട്ട് പൊട്ടിക്കരഞ്ഞു പോകവേ അവൻ അറിഞ്ഞു......ക്രമം തീരെയില്ലാതായ അവളുടെ ഹൃദയമിടിപ്പ്.

നേർത്തു നേർത്ത് നിലക്കുന്ന അവളുടെ ശ്വാസം നോക്കി നിൽക്കവേ ....

ഒരിക്കൽപോലും 'എന്നുമെന്നോടൊപ്പം നീ ചേർന്നു നിൽക്കണേ' എന്നു വായ തുറന്നൊന്ന് പറയാതെയാണ് ഇക്കാലമത്രയും കഴിഞ്ഞു പോയത് എന്നവനോർത്തു.....

അരികിൽ നിന്നും, ഡോക്ടർ, സോറി എന്ന് പറഞ്ഞ് ചുമലിൽ തട്ടി പുറത്തേക്ക് പോയത് അവനറിഞ്ഞതേയില്ല.

മൻസിയ

മൻസിയ: അവളെന്റെ കൂട്ടുകാരിയാണ്. എന്റെ എല്ലാമെല്ലാമായ സൗഹൃദം.

എനിക്കവൾ ഒരു നേരമ്പോക്കല്ല. അവൾക്ക് പലപ്പോഴും ഞാനൊരത്താണിയാവാറുണ്ട്.

15 ാം വയസ്സിലാണ് ഞാനവളെ കണ്ടത്. സമപ്രായം. ഒരേ ക്ലാസ്.

ഇരുണ്ട നിറവും ചുരുണ്ട മുടിയുമായി എന്റെ സ്വപ്നത്തിലെ സുന്ദരിയുടെ മുഖഛായയോടെയാണ് അവൾ അന്ന് ക്ലാസിൽ വന്നത്. ആരുമായും അധികം കൂട്ടാവാത്ത അവളോട് ഞാൻ കൂട്ടു കൂടി.

എന്റെ കൂട്ട് അവൾ ആസ്വദിച്ചു. ഞങ്ങൾ തമ്മിൽ ഒരു പ്രത്യേക ബന്ധം വളർന്നു. പരസ്പരം ഒന്നും മറച്ചുവെക്കാനില്ലാത്ത ഞങ്ങളെ എല്ലാവരും ഇരട്ടകൾ എന്നു കളിയാക്കി വിളിച്ചു.

വളർച്ചയുടെ പല ഘട്ടങ്ങളിലായി ഞങ്ങൾ വഴി ഏറെ പിരിഞ്ഞു എങ്കിലും ബന്ധമുലഞ്ഞിട്ടില്ല. അവൾക്ക് മനം നൊന്താൽ ഞാനറിയും. എന്റെ വിളി കേൾക്കവേ അവൾ നേർത്തു വിതുമ്പും. മിനൂ എന്ന വിളിയിൽ അവൾ ഒരു ലോകത്തിന്റെ നൊമ്പരക്കടലുകൾ പകരും. എന്റെ സിയാ എന്ന വിളിയിൽ തേങ്ങലുകളടങ്ങും. എന്റെ പ്രശ്നങ്ങൾ പലതും കുഴഞ്ഞു മറിഞ്ഞു കിടന്നാലും .... എന്റെ വാക്കുകൾ അവളെത്തണുപ്പിക്കും.

നീണ്ട 33 വർഷങ്ങൾക്കൊടുവിൽ ഇന്ന് ഞാനവളോട് പറഞ്ഞു. സിയാ ഞാൻ ഒരു നോവലെഴുതാൻ ഉദ്ദേശിക്കുന്നുണ്ട്. എഴുതട്ടെ?

പിന്നെന്താ മിനു എഴുതൂ എന്ന് ആവേശത്തോടെ പറഞ്ഞ അവളോട് ഞാൻ പറഞ്ഞു. നിന്റെ കഥയാണ് സിയാ ....

അവൾ ഒന്നു നിശ്വസിച്ചു. എന്നിട്ടു പറഞ്ഞു. മൻസിയ....... ജീവിത പാഠങ്ങൾ എന്നാവട്ടെ പേര്.

ഉത്തമ കുടുംബം.

തലവേദന കാരണം ബെഡിൽ കമിഴ്ന്നു കിടക്കുകയായിരുന്നു അവൾ. മക്കൾ പഠിക്കുകയാണ്. ഭക്ഷണം പലതും അടുക്കളപ്പുറത്തുണ്ട്. ഫാനിന്റെ കാറ്റിൽ വിക്സിന്റെ നീറ്റൽ ആവിയാകവേ കണ്ണിൽ ഉറക്കം വന്നു നിറഞ്ഞു.

അയാളുടെ ഉച്ചത്തിലുള്ള ശബ്ദത്തിൽ മനസ്സുണർന്നുവെങ്കിലും കണ്ണടഞ്ഞു കിടന്നു. പതിയെ കണ്ണകത്തിത്തുറന്ന് അവൾ പറഞ്ഞു.

"തീരെ വയ്യാരുന്നു. ഇക്കയെപ്പഴാ വന്നേ?'

"ഓ ...... നീയല്ലേൽ എന്റെ കാര്യങ്ങളൊക്കെ ഇങ്ങനെ മുറയായി നോക്കലല്ലേ.... ' അയാൾ പുഛിച്ചു.

അതിശക്തമായ തലവേദന കാരണം അവൾക്ക് സങ്കടത്തോടൊപ്പം ദേഷ്യവും വരുന്നുണ്ടായിരുന്നു. 'ഇക്കഴിഞ്ഞ പത്തുപതിനഞ്ചു വർഷം ന്റെ ജീവിതം ഞാൻ തുലച്ചത് പിന്നെ എന്തിനായ്നു ? '

പറഞ്ഞു തുടങ്ങിയത് വീറോടെയാണെങ്കിലും ഒടുക്കം ശബ്ദം ചിലമ്പിപ്പോയിരുന്നു.

അയാളുടെ കണ്ണുകളടഞ്ഞു പോയി. അവളുടെ തലവേദന കൊണ്ട് വീങ്ങിയ കണ്ണുകളോ ക്ഷീണിച്ചുലഞ്ഞ ശരീരമോ സങ്കടം നിറഞ്ഞ മുഖമോ അയാൾ കണ്ടില്ല.

ചെവികൾ അവളുടെ അസാധാരണമായി ഉയർന്ന ശബ്ദത്താൽ തുറന്നു പോയി. അവിടെ തുലച്ചത് എന്ന ശബ്ദം മാത്രം മുഴങ്ങി. ദേഷ്യത്താൽ അയാളുടെ ബുദ്ധി മരിച്ചു. കൈ വീശി അവളുടെ മുഖത്തേക്കാഞ്ഞടിച്ചിട്ട് അയാൾ അടുത്ത റൂമിൽ പോയി കിടന്നുറങ്ങി.

ശക്തമായ പ്രഹരത്തിൽ കണ്ണുകളടഞ്ഞു പോയ അവൾ എന്തെല്ലാമോ നോവിൽ കുഴഞ്ഞ് ബെഡിലേക്ക് തന്നെ തല

ചായ്ച്ചു കിടന്നുറങ്ങി.

****

ഉറക്കത്തിൽ അവൾ വർഷങ്ങൾക്ക് മുമ്പുള്ള ഒരു കാഴ്ച കണ്ടു.

ഒരു ഹാളിൽ വലിയ പ്രസംഗങ്ങൾ നടന്നുകൊണ്ടിരുന്നു. അടുത്ത പ്രസംഗം ഉത്തമ ഭർത്താവ് എന്ന വിഷയത്തിലാണ്. അതും കൂടി കേട്ട ശേഷം ആവേശപൂർവം അവൾ പുറത്തു വന്നു. കൂട്ടുകാരിയോട് അവൾ പറഞ്ഞു. 'ഈ കൂട്ടക്കാരനാണ് എന്നെ കെട്ടാൻ പോകുന്നത്. ഈ ആശയമൊക്കെ ഉണ്ടാകുമായിരിക്കും. '

"നീ ഉത്തമ ഭാര്യ എന്ന വിഷയത്തെക്കുറിച്ചുള്ള പ്രസംഗം വല്ലോം കേട്ടിട്ടുണ്ടോ? ' കൂട്ടുകാരി കളിയാക്കി.

"പേടിപ്പിക്കാതെടീ.... ' അവൾ ചിരിച്ചു.

****

രാവിലെ ഉണർന്ന അവൾ ബെഡിൽ തനിച്ചാണെന്ന് കണ്ടപ്പോഴാണ് തലേന്നത്തെ കാര്യങ്ങൾ ഓർത്തത്. തല വേദന വിട്ടകന്ന കനം ബാക്കിനിൽക്കുന്ന തലയിൽ കൈ കൊരുത്തു . മുടി വാരിക്കെട്ടി. അപ്പുറത്തെ റൂമിൽ ഉറങ്ങിക്കിടക്കുന്ന മക്കളെയും ബാപ്പയേയും ഒന്നു വിളിച്ചെന്നു വരുത്തി.

അപ്പോഴാണ്, ഇന്ന് ടൗൺഹാളിൽ ഉത്തമകുടുംബത്തെ പറ്റിയുള്ള ചർച്ചാ സമ്മേളനത്തിൽ , വിഷയമവതരിപ്പിക്കുന്നവർക്കുള്ള ഭക്ഷണം ഉണ്ടാക്കുന്ന കാര്യമോർത്തത്.

നാലു വിരലുകൾ തിണർത്തു കിടക്കുന്ന കവിൾ തലോടി അവൾ ചിരിച്ചു.

“ഉത്തമം.”

മുഖത്ത് നീരു വലിയാനുള്ള പച്ചില മരുന്ന് തേച്ച് പിടിപ്പിച്ചു കൊണ്ടാണ് അവൾ വിരുന്നുകാർക്ക് ഭക്ഷണം ഉണ്ടാക്കിയത്.

ആസ്വദിച്ചു ഭക്ഷണം കഴിക്കവേ ഒരു കാരണവർ അയാളോട് പറഞ്ഞു.

"ഇത്രയും പേർക്ക്, അതും രുചികരമായ ഭക്ഷണം ഭാര്യ ഉണ്ടാക്കി എന്നത് വലിയ കാര്യം തന്നെ. നീ ഒരു

ഭാഗ്യവാനാണ്. "

മുഖത്ത് ഉണങ്ങിപ്പിടിച്ചിരുന്ന പച്ചമരുന്ന് അടർത്തി കഴുകവേ അയാൾ എന്തു മറുപടി പറഞ്ഞു എന്നതിന് കാതോർക്കാൻ അവൾക്കു കഴിഞ്ഞില്ല.

വിരുന്നുകാർക്ക് കൊടുക്കുവാനുള്ള വെള്ളമെടുക്കാൻ വന്ന അയാൾ അവളെ നോക്കിയതുമില്ല.

ഒരു മിനിക്കഥ (പനിക്കഥ)

അമ്മക്ക് പനിയാണ്. കട്ടിലിൽ പുതച്ചുമൂടിക്കിടക്കുന്നവൾക്കരികിലേക്ക് കുഞ്ഞുമോൾ വന്നു. കുഞ്ഞിക്കൈകൾ കൊണ്ട് ആ പുതപ്പു നീക്കി.

കനം തൂങ്ങുന്ന മിഴികൾ അവൾ വലിച്ചു തുറന്നു. 'എന്താ പൊന്നൂസെ?' എന്ന് തളർന്ന ശബ്ദത്തിൽ തിരക്കി.

"നിച്ച് പപ്പടെ സാവിച്ച് വേണ്ട. എരിയാ' അവൾ ചിണുങ്ങി.

പതിയെ അവളുടെ നെറുകയിൽത്തഴുകി.പപ്പയെ വിളിക്കാൻ പറഞ്ഞയച്ചു.

ചട്ടുകവുമായി ഓടി വന്നവന്റെ മുഖത്ത് വലിയ ചിരിയൊന്നുമില്ല.

ഉള്ളിലൂറിക്കൂടിയ ചിരിയോടെ പറഞ്ഞു. 'മോൾക്ക് ടിഫിനിൽ ആപ്പിൾ കട്ട് ചെയ്തു വെച്ചേക്കു . മോന് സാന്റ്വിച്ച് മതി. '

'ഉം ...... ' ഒന്നിരുത്തി മൂളി ആള് പോയപ്പഴേക്കും തല വെട്ടിപ്പൊളിഞ്ഞു വേദനിക്കാൻ തുടങ്ങി.

കണ്ണടച്ചു കിടക്കവേ പോകുന്നതിന്റേയും വാതിലുകളടയുന്നതിന്റേയും ശബ്ദങ്ങൾ കേട്ടു.

9.30 ക്ക് ആ ശബ്ദം അരികിൽ കേട്ടു. 'ഉച്ചയായിട്ടും കുറവില്ലെങ്കിൽ വിളിക്ക്. 4 മണിയോടെ ഹോസ്പിറ്റലിൽ പോകാം.'

വലിയ ഔദാര്യമായ ആ സ്വരം കേൾക്കെ കണ്ണു തുറക്കാതെ തന്നെ ശെരിയെന്ന് മൂളി. ഒരു കൈത്തണുപ്പേൽക്കാൻ കൊതിച്ച് നെറ്റി പൊള്ളി.

അടഞ്ഞ വാതിലിന്റെ ഒച്ചക്കപ്പുറം പരന്ന നിശ്ശബ്ദതയിൽ വീട് പനിച്ചു കിടന്നു. അവൾ പതിയെ എഴുന്നേറ്റിരുന്നു. പുതച്ച ബ്ലാങ്കറ്റിനുള്ളിൽ അവൾക്ക് വിറച്ചു.

'കുട്ടികൾക്ക് പനിച്ചു , ഭർത്താവിന് പനിച്ചു, അമ്മക്ക് പനിച്ചു

.... എത്ര ലീവാ ടീച്ചറെ നിങ്ങൾ ഈ മാസം എടുത്ത് കൂട്ടിയിരിക്കുന്നത് ?' പ്രിൻസിപ്പാൾ കഴിഞ്ഞാഴ്ച്ച പറഞ്ഞത് കാതിൽ മുഴങ്ങി.

ഇനിയെന്തു പറയുമെന്നോർക്കേ അവൾക്കു കൊതിയായി ......

അച്ഛന്റെ തണുത്ത കൈകൾ
നെറ്റിത്തടത്തിലമർത്തിക്കിടക്കാൻ, അമ്മയുടെ ചുക്കു കാപ്പി

ഊതിക്കുടിക്കാൻ ....

പനിക്കുമ്പോഴെങ്കിലുമൊന്ന് മകളാവാൻ.

നഷ്ടങ്ങളുടെ കണക്കെടുപ്പ്.

ഉറക്കം വരാതെ അവൾ കട്ടിലിൽ എഴുന്നേറ്റിരുന്നു. നെഞ്ച് പൊടിഞ്ഞു പോകും പോലെ തോന്നുന്നുണ്ടായിരുന്നു.

അവൾ അരികിൽ കിടന്നുറങ്ങുന്ന ഭർത്താവിനെ നോക്കി. താളത്തോടെയുള്ള കൂർക്കം വലിയോടെ കിടക്കുന്നോന് ഒരിക്കൽ പോലും തന്റെ നോവുകൾ മനസ്സിലായിരുന്നില്ലേ എന്നവൾ ഒരേങ്ങലോടെ ആലോചിച്ചു. അവൻ തിരിച്ചറിഞ്ഞ നോവുകളൊന്നും തന്നെ അലട്ടിയിരുന്നില്ല എന്നത് വലിയൊരു തിരിച്ചറിവായിരുന്നു അവൾക്ക്.

ഒരു ദീർഘ നിശ്വാസത്തോടെ ആ വലിയ വീടിന്റെ മറ്റു കോണുകളിൽ ഉറങ്ങിക്കിടക്കുന്ന മക്കളെക്കുറിച്ച് അവളോർത്തു. അവരിലാരെങ്കിലും മനം നൊന്ത് കിടക്കുന്നുണ്ടാവുമോ എന്ന ചിന്തയിൽ ഒരു നിമിഷം അവൾ കണ്ണടച്ചിരുന്നു. ശേഷം ഒരാന്തലോടെ വീട്ടിലെ മറ്റു റൂമുകളിലെല്ലാം അവളൊന്നെത്തി നോക്കി. സമയം 12 കഴിഞ്ഞിരുന്നു. ശ്വാസതാളങ്ങളിൽ നിന്നും ശാന്തമായ ഉറക്കം കണ്ടറിഞ്ഞ് അവൾ വീണ്ടും സ്വന്തം കിടക്കയിലെത്തി.

'മേലാൽ .... ' എന്ന ആ മുഴക്കം ചെവിയിൽ വന്നതോടെ തേങ്ങൽ അറിയാതെ പുറത്തു വന്നു. അതു മകന്റെ ശബ്ദമായിരുന്നു.

മുൻപ് പലപ്പോഴായി ഇതേ ശബ്ദത്തിൽ സ്വന്തം ഭർത്താവ് തന്നിൽ നിന്നും അടർത്തിമാറ്റിക്കളഞ്ഞ ഇഷ്ടങ്ങളെയൊക്കെ അവൾ മുന്നിൽക്കണ്ടിരിക്കണം.

കണ്ണുനീർ നിയന്ത്രണംവിട്ടൊഴുകിക്കൊണ്ടേയിരുന്നു. അവൾ കൊതിച്ചത് അവന്റെ നെഞ്ചിൽ മുഖം പൂഴ്ത്താനായിരുന്നു. അവൻ ഉറങ്ങിക്കിടക്കയാൽ അവൾ ചുമരിലേക്ക് മുഖം ചേർത്തു. പുറത്തെ കാറ്റുകാരണം ഇളകിയാടിയ ജാലകവിരി അവളുടെ കണ്ണുനീരിനെ തുടച്ചുകൊടുത്തു. മിടിക്കാത്ത ഹൃദയമുള്ള ആ ചുമരിലേക്ക് അവൾ അവളുടെ

ദു:ഖങ്ങളത്രയും കരഞ്ഞു തീർത്തു. കണ്ണുകളിൽ ഉറക്കം വന്നു മൂടി.

****

ആർക്കും ഒന്നിനും തടസ്സമാവാതെ അവൾ വളർത്തിക്കൊണ്ടുവന്നിരുന്ന ചെടിച്ചട്ടികളിലൊന്ന് അവർ വണ്ടിയെടുത്ത് പുറത്തേക്കിറങ്ങവേ മറിഞ്ഞു വീണിരുന്നു.

അത് വഴിയിൽ ചെറിയ തടസ്സമാണെന്നറിഞ്ഞ് മാറ്റാനുള്ള ആലോചനയിലായിരുന്നു അവൾ. അതിനു മുൻപേ അതു വീണു.

അവളതിനെ നിവർത്തിവെച്ച് നേരെയാക്കി. മറ്റൊരിടത്തേക്ക് മാറ്റി വെച്ചു. അവിടെ ആ ചട്ടിക്കപ്പുറത്തായി ഒരുപാട് ചെടിച്ചട്ടികൾ നിരന്നിരിക്കുന്നത് അവളത്ഭുതത്തോടെ കണ്ടു. വിടർന്ന കണ്ണുകളിൽ അവർക്ക് വഴിമുടക്കാതിരിക്കാനായി അവൾ മാറ്റി വെച്ച ഓരോ ഇഷ്ടങ്ങളേയും ചട്ടികളിൽ കുഴിച്ചിട്ടിരിക്കുന്നത് കണ്ടു.

അവൾ ഞെട്ടിക്കണ്ണുകൾ തുറന്നു. തലവെട്ടിച്ചു കൊണ്ട് ആശ്ചര്യപ്പെട്ടു.

****

ചുമരിൽ നെറ്റിയിടിച്ച് അവൾ കണ്ണു മിഴിച്ചു. ജാലകവിരി അപ്പോഴും അവളെ തലോടിക്കൊണ്ടിരുന്നു.

തേങ്ങലുകളടങ്ങിയിരുന്നു. ഉറക്കം വിട്ടകന്ന ആ രാവിൽ വീണ്ടും ഉണർന്നിരുന്ന് അവൾ നഷ്ടങ്ങളുടെ കണക്കെടുപ്പ് തുടർന്നു.

ഒടുവിൽ അവളാ സ്വപ്നക്കാഴ്ചയോർത്തു. നഷ്ടങ്ങൾ നട്ടുവളർത്തുന്ന തോട്ടത്തെയോർത്തു. തോട്ടങ്ങളുടെ തോട്ടം സ്വപ്നം കാണാൻ വീണ്ടും കണ്ണുകളടച്ചു.

നോവ്

അലക്കിയിട്ട തുണികളിൽ നിന്നും ഉണങ്ങിയത് പെറുക്കിയെടുത്തപ്പോൾ ഒരു കൂന.

മുന്നിലേക്ക് കണ്ണു കാണാനാവുന്നില്ല. ശ്രദ്ധയോടെയാണ് സ്റ്റെപ്പിറങ്ങിയത്. എന്തിലോ ഒന്നിൽ ചവിട്ടി.

*ക് ട്രീം *......... അതു പൊട്ടി. എന്തോ പ്ലാസ്റ്റിക് ബോട്ടിലാണ്. കാലു വഴുതുന്നു. .....

ഈ സ്റ്റെയറിൽ വഴുതി വീണാൽ ഉണ്ടാകാവുന്ന എല്ലാ ഭവിഷ്യത്തുകളും വരിവരിയായി മുന്നിൽ നിരന്നു. 'അയ്യോ ...... ' എന്ന് ഉറക്കെ നിലവിളിച്ചു പോയി.

ഒരു നിമിഷം കണ്ണടച്ച് ശ്വാസം വലിച്ചപ്പോൾ ശരീരം സ്വന്തം നിയന്ത്രണത്തിലായി. കാൽ നേരെ വെച്ചു. പതിയെ ഇറങ്ങി. തുണികൾ കട്ടിലിലേക്കിട്ടു. തിരികെ പടിയിലേക്കെത്തി നോക്കി. സോപ്പുപൊടിയുടെ പാത്രമാണ്. അടപ്പ് പൊട്ടിപ്പോയിരിക്കുന്നു. എങ്കിലും പൊടി പുറത്തേക്കൊന്നും പോയിട്ടില്ല. പാത്രം നേരെ വെച്ചു. 'ഒന്നും പറ്റിയില്ലല്ലോ? ' സ്വയം ആശ്വസിച്ചു.

കാലിനൊരു വേദന. നടുവിനൊരു ഞെട്ടൽ. ഒന്നു വഴുതിപ്പോകുമ്പോഴേക്കും നട്ടും ബോൾട്ടുമൊക്കെ ഇളകുന്ന പ്രായമായിരിക്കുന്നു.

കുട്ടികൾ രണ്ടു പേരും കളിച്ചിരിക്കയാണ്. മൊബൈൽ ഗെയിം. അമ്മയെക്കണ്ട് അവരൊന്ന് മുഖമുയർത്തി. വീണ്ടും മൊബൈലിലേക്ക് മിഴികൾ താഴ്ത്തി കളി തുടർന്നു.

കാലിൽ , നടുവിൽ , തലയിൽ പിന്നെ ഉള്ളിലും ഒരു നോവ്.

അവരെന്റെ കരച്ചിലിന്റെ ഒച്ച കേട്ടിരുന്നില്ലേ?

ങാ.... പോട്ട്.

വൈകുവോളം ഓരോ ജോലിയുമായി ഓട്ടം തുടർന്നു. അവധി ദിനത്തിരക്കുകൾ.

അഞ്ച് മണി കഴിഞ്ഞപ്പഴാണ് വലിയ മകൻ വന്നത്. റ്റ്യൂഷൻ കഴിഞ്ഞെത്തിയതാണ്. അവന് ഭക്ഷണം എടുത്തു വെച്ചു. അവനാ പൊട്ടിയ അടപ്പും കൊണ്ടാണ് വന്നിരുന്നത്. 'എങ്ങിനാണമ്മാ ഇതു പൊട്ടിയെ? ' അവന്റെ ചോദ്യം.

'അതൊരു കഥയാടാ.... ' എന്നും പറഞ്ഞ് കഥ വിവരിച്ചു.

'സോപ്പു പൊടി പോയോ അമ്മാ ? ' അവന്റെ ചോദ്യം. അവനെ നോക്കിയപ്പോൾ വറുത്തു വെച്ച ചിക്കൻ കഷണങ്ങൾ രുചിയോടെ തിന്നുകയാണ് അവൻ.

കാലിൽ നിന്നും ഒരു നോവ് മുകളിലേക്ക് പടർന്ന് നടുവിനുള്ളിലൂടെ ഉള്ളിലേക്ക് വീണ്ടും പൊള്ളി വീണു.

സാരല്യ..... ഇതൊക്കെയെന്ത് ?!

ചക്രം വീണ്ടും കറങ്ങി. ഇരുട്ടി വെളുത്തു. രാവിലെ ഡ്രെസ്സടുക്കാൻ മുകളിലേക്ക് കയറുമ്പോഴാണ് ഭർത്താവത് കണ്ടത്.

' ഇതെങ്ങിനെ പൊട്ടി ? ' അങ്ങേരുടെ ചോദ്യം.

' അതൊന്നും പറയണ്ട ..... ' കഥ വീണ്ടും പറഞ്ഞു. നീട്ടിപ്പരത്തിയ കഥ കേൾക്കാൻ ക്ഷമയില്ലാതെ ഇടക്കു തന്നെ ചോദ്യം വന്നു. 'സോപ്പുപൊടി മുഴുവനും പോയോ?'

നോവുയർന്നത് എവിടെ നിന്നാണ് എന്നറിഞ്ഞില്ല. കാലു വിങ്ങി, നടു വിറച്ചു, തല വിയർത്തു ....
ഉള്ളിലെന്തൊക്കെയോ കത്തിപ്പടർന്നു പൊള്ളി.

മറവിയാണ് മരണം

ഞാനൊരു യാത്രയിലായിരുന്നു.

ഒരു കരിങ്കല്ലിന്റെ ഭാരമുള്ള തല, പാറിപ്പറക്കുന്ന മുടി, രണ്ടു ദിവസത്തെ നോവ് കൊണ്ട് ഇരുപതു വർഷത്തെ പ്രായക്കൂടുതൽ വന്നതു പോലത്തെ മുഖം , എല്ലാത്തിനുമപ്പുറം ഏറെ തളർന്ന ശരീരവുമായി ഞാൻ നിന്നു.

ജീവിതത്തിന്റെ പാതിയിലേറെ ജീവിച്ചു തീർത്തത് എങ്ങിനെയായിരുന്നു എന്നതിന്റെ അവശേഷിപ്പുകൾ എന്റെ മനസ്സിൽ ഉന്നക്കായ പൊട്ടിത്തെറിച്ച പഞ്ഞിപോലെ പാറിപ്പറന്നു കൊണ്ടിരുന്നു.

അവയെ ഒരുമിച്ചു കൂട്ടാനോ ...... അടുക്കിവെക്കാനോ എനിക്കാകുമായിരുന്നില്ല.

ഞാനാകെ തളർന്നിരുന്നു.

അവനെ : എന്റെ മകനെ കാണാതായിട്ട് 48 മണിക്കൂർ പിന്നിട്ടിരുന്നു. പേരും ഊരും ഓർമയില്ലാത്ത അവസ്ഥയിൽ അവനെ തിരിച്ചു കിട്ടി എന്നറിഞ്ഞിട്ട് ഒരു രാവു പുലർന്നു. അവനെ കാണുവാനായിരുന്നു യാത്ര.

കണ്ണിൽ നിന്നും ഒഴുകിയിറങ്ങുന്ന ചുടുനീരിനെപ്പറ്റി ഞാൻ ബോധവതിയായിരുന്നു. തുറന്നുവെച്ച കണ്ണിൽ നിന്നും ഒഴുകിയിറങ്ങുന്ന കണ്ണുനീർ ആരും കാണുമായിരുന്നില്ല. അതെല്ലാം ഉള്ളിലാർത്തിരമ്പുന്ന കടലിലേക്ക് ഒഴുകി ഇറങ്ങി. ചുറ്റുമുള്ളവർക്ക് ഓരോരുത്തർക്കും കരയാനും കലഹിക്കാനും ചിരിക്കാനുമൊക്കെ കാരണങ്ങളുണ്ടായിരുന്നു. എനിക്ക് ശ്വാസം മുട്ടുന്നുണ്ടായിരുന്നു. ചിരിയോ കരച്ചിലോ ദേഷ്യമോ ഒന്നും എന്നിൽ വിരിഞ്ഞില്ല. വിരിയാത്ത വികാരങ്ങളൊക്കെക്കൂടി ഒരു വിസ്ഫോടനമായി ഉള്ളിൽ തങ്ങി ശ്വാസതടസ്സം വർദ്ധിച്ചു കൊണ്ടേ ഇരുന്നു.

ഒടുവിൽ ഞാൻ കണ്ടു. എന്റെ മകൻ. കൊഞ്ചിയും കലപില

കൂട്ടിയും തളർന്നും ഉറക്കൊഴിഞ്ഞും വളർത്തിയെങ്കിലെന്താ....

ഇനി മുതൽ ഇടം വലം താങ്ങായ് ഇവർ രണ്ടു മുണ്ടല്ലോ എന്നു കരുതിയവരിൽ ഒരുവൻ ....

കണ്ണിൽ കടലോളം അപരിചിതത്വവുമായി അവൻ മുന്നിൽ നിന്നപ്പോൾ അറിയാതെ വന്നൊരുൾപ്രേരണയാൽ അവന്റെ കൈകൾ കവർന്ന് കൂട്ടിപ്പിടിച്ചു.

ഒരു ഗുഹാമുഖത്തു നിന്നെന്ന പോലെ അപ്പോൾ ഞാൻ ആ ചോദ്യം കേട്ടു.

ആരാ?

നെഞ്ചു പൊടിഞ്ഞതിന്റേയും മനസ്സു തകർന്നതിന്റേയും ഒച്ച കേൾക്കാൻ കഴിയാതെയായിപ്പോകുമാറ് ആ ശബ്ദം കാതിൽ മുഴങ്ങിക്കൊണ്ടേയിരുന്നു. ആരാ? ആരാ? ആരാ?

അടുത്തു നിന്നിരുന്നവരെയൊക്കെ അവന് വരച്ചു കൊടുത്തു കൊണ്ട് ഞാൻ എന്റെ ഉള്ളിൽ ഒരു ഖബർ കുഴിച്ചു. ഗർഭവും പ്രസവവും മാത്രമല്ലായിരുന്നു കളിയും ചിരിയും എല്ലാമെല്ലാം....... ഞാനല്ലേ.... നിങ്ങളുടെ സ്വന്തം മനസ്സാക്ഷി സൂക്ഷിപ്പുകാരൻ എന്നു കണ്ണിറുക്കിപ്പറയാറുള്ള അവന്റെയും എന്റെയും എല്ലാ സ്വകാര്യ സന്തോഷങ്ങളും ഞാനെടുത്തു ആ ഖബറിലിട്ടു.

എന്നെ അവന് വരച്ചു കൊടുക്കാൻ എനിക്കറിയില്ലായിരുന്നു. ഞാനവന്ന് ആരായിരുന്നു എന്നത് .... എനിക്കവൻ ആരാണ് എന്നത് ആരു വരച്ചു നൽകും? ആർക്കാണതിന് കഴിയുക?

അന്നു തൊട്ടിന്നോളം എന്റെ ചിരികൾക്കൊന്നിനു പോലും ഉള്ളിന്റെ ഉള്ളിൽ ഒരു നീറ്റലില്ലാതെ ഇരുന്നിട്ടില്ല. എന്റെ ശ്വാസം മുട്ടൽ മാറിയിട്ടില്ല. ഇടുന്ന വേഷങ്ങൾ ഓരോന്നും എനിക്ക് ഇറുകിക്കെട്ടികൊണ്ടേ ഇരുന്നു.

ഇനി കാത്തിരിക്കുന്നത് എന്തിനാണെന്ന് എനിക്കറിയില്ല.

അവൻ ഗൂഗിളിൽ സെർച്ച് ചെയ്ത് ജീവിതം പഠിച്ചു. പുനർജനിച്ചു , പുനർജീവിക്കുന്നു.

പതിവുപോലെ .... എന്റെ കുഞ്ഞിന് വിഷമമൊന്നുമില്ലല്ലോ എന്ന ഒരു ..... സമാധാനം മാത്രം ബാക്കി. ദൈവത്തിനു

സ്തുതി.

ഇപ്പോഴും ഇട്ടിരുന്ന വേഷത്തിനുള്ളിൽ ശരീരമാകെ ഇടുങ്ങി മുറുകും പോലെ എനിക്ക് നോവുന്നുണ്ട്.

പാൽ കൊടുത്തുറങ്ങിപ്പോയപ്പോൾ തലക്കടിയിൽ വെച്ചു കൊടുത്ത കൈ, കുഞ്ഞിന്റെ ഉറക്കം ഞെട്ടാതെ വലിച്ചെടുക്കുന്ന സർക്കസ് ഏതു ഗൂഗിൾ സെർച്ചിലാണ് ലഭ്യമാവുക?!

കുഞ്ഞുറങ്ങുമ്പോൾ ഓടിയോടിപ്പണിതീർത്ത് , അവന്റെ കളിയിൽ പങ്കുചേരാനോടിയെത്തിയതിലെ സന്തോഷം ഏതു തുലാമഴക്കാറ്റു തഴുകിയാലാണ് അവന് മനസ്സിലാവുക?!

എന്റെ സ്വപ്നങ്ങളും ആഗ്രഹങ്ങളും മുഴുവൻ ഒരു വിലയുമില്ലാത്ത ആക്രിച്ചാക്കു പോലെ ഞാൻ വലിച്ചെറിഞ്ഞത് മക്കളുടെ സ്വപ്നങ്ങളുടെയും സന്തോഷങ്ങളുടെയും താങ്ങിൽ എന്റെ ജീവിത വേനലിനൊരു പന്തൽ തീർക്കാമെന്ന വ്യാമോഹത്തിലായിരുന്നുവെന്ന് ആരാണവന് പറഞ്ഞു കൊടുക്കുക. അവന് ഞാനാരായിരുന്നു എന്നത് ഇനിയവനെങ്ങിനെയോർമിക്കും?

ഈ ചിന്തകളെല്ലാം കൂടിച്ചേർന്നത് മനസ്സിലെ ഒരവയവമായിരുന്നു എന്നത് , അതു മുറിഞ്ഞു പോയി എന്ന് ഞാൻ തിരിച്ചറിഞ്ഞു. ഓരോ ചെറു കാറ്റിലും ആ മുറിവായ നൊന്തു.

അവന്റെ മുറിഞ്ഞുപോയ കുഞ്ഞിവിരലിൽ തൊട്ട് അതെന്റെ അടയാളമാണെന്ന് പറയാൻ ,

അവന്റെ പപ്പയുടെ ദേഷ്യത്തിന് എന്റെഭാഗം ചേർന്ന് അവൻ മറുപടി പറയുന്നത് കേൾക്കാൻ ,

അവന്റെ ന്യായം കേട്ട് അവന്റെ പപ്പ മിണ്ടാതിരിക്കുന്നത് കണ്ട് ചിരിക്കാൻ ,

അവനെ ഫോണിൽ വിളിച്ച് എന്നെ വിളിച്ചന്വേഷിക്കാത്തതിന് വഴക്ക് പറയാൻ ,

അവൻ വിളിക്കുമ്പോൾ എവിടെയായിരുന്നു ഇത്രദിവസം

എന്ന് പിണങ്ങാൻ ,

നീയല്ലായിരുന്നോ എന്നെ നോക്കാനേറ്റ കുട്ടി എന്ന് പതം പറയാൻ ,

അപ്പോഴൊക്കെയുള്ള അവന്റെ ആ ഒടുക്കത്തെ ചിരി കണ്ട് മനസ്സ് തണുക്കാൻ

എന്നാണെന്റെ മകനേ .... ഞാനൊന്നു പുനർജനിക്കുക?!!!

അന്ന് ഖബറിലടക്കപ്പെട്ടത് ഞാനായിരുന്നല്ലോ ???

എന്റെ .... ഏതു നോവും താങ്ങാനാവുന്ന മനസ്സായിരുന്നല്ലോ ???

അതേ..... മറന്നു പോകപ്പെടുമ്പോഴാണ് ജീവിച്ചിരിക്കെ മരിച്ചു പോകുന്നത്.!!!!!

ലേണിംഗ് ബൈ ഡൂയിംഗ്.

അവൾ മകനുവേണ്ടി ചാർട്ടെഴുതുകയാണ്. സമയം 11 കഴിഞ്ഞു. രണ്ടു മുറികളിലേയും ഫാൻ കറങ്ങുന്ന ശബ്ദമൊന്നും അവളെ മോഹിപ്പിച്ചില്ല.

പകൽ ചെയ്തു തീർത്ത വീട്ടുജോലികളുടെ ഭാരമൊന്നും ക്ഷീണിപ്പിച്ചുമില്ല.

ഓരോ വരിയും എഴുതി ഭംഗിയാക്കി , വീണ്ടും നോക്കി , ചിത്രമൊട്ടിച്ച്, അടിക്കുറിപ്പെഴുതി , ചുണ്ടിലൊരു മൂളിപ്പാട്ടോടെ അവളോർത്തു.

ഇതു കലക്കും. ഇത്തവണയും മോന്റെ ചാർട്ട് തന്നെ ക്ലാസിൽ തൂങ്ങും.

പി ടി എ മീറ്റിംഗിന്റെ ദിവസം അഖിലേഷിന്റമ്മയും റോഷന്റുമ്മയും ജിതിന്റെ മമ്മിയുമെല്ലാം ചുറ്റും കൂടുന്നത് അവൾ മനസിൽ കണ്ടു. മോന്റെ ബാഗ് പാക്ക് ചെയ്ത് ചാർട്ട് ഒന്നുകൂടി നോക്കി അവൾ കിടക്കാനെത്തി.
ക്ഷീണിച്ചുറങ്ങുന്ന പ്രിയതമന്റെ നെറ്റിയിൽ സ്നേഹപൂർവം ഒന്നു തലോടി.

‘ മാറിക്കെടീ....... പകലു മൊത്തം കിടന്നുറങ്ങീട്ട് , നട്ടപ്പാതിരക്ക് ഓളെ ഒരു കൊഞ്ചല് ’ അവന്റെ ഒച്ചയിൽ പാതിര മുഖരിതമായി. പകൽ ക്ഷീണവും രാവിന്റെ മയക്കവും ഒക്കെക്കൂടി ഒരു ചാക്കിൽ കെട്ടിയ കട്ടപോലെ തലക്ക് മുകളിൽ വന്നു വീണു. ഫാൻ കറങ്ങുന്ന ശബ്ദം വീണ്ടും കേട്ടു. പതിയെ തിരിഞ്ഞു കിടന്നപ്പോൾ പുതിയൊരു പാഠം പഠിഞ്ഞു.

ലേണിംഗ് ബൈ ഡൂയിംഗ്.

ഹൗസ് വൈഫ് സിൻഡ്രോം

രാവിലെ എഴുന്നേറ്റപ്പഴേ മേലും കയ്യും വേദന ശല്യപ്പെടുത്തുന്നുണ്ടായിരുന്നു.

പനി കടന്നു വന്നെങ്കിലും അതിനെ മൈന്റ് ചെയ്തില്ല. അല്ലെങ്കിലും ...... ഈയിടെയായി അസുഖങ്ങൾ ഇത്തിരി കൂടുതലാണ്. അങ്ങിനെ തോറ്റുകൊടുക്കില്ല എന്ന് അവളും നിശ്ചയിച്ചിട്ടുണ്ട്.

മനശ്ശാസ്ത്രം പഠിച്ച കൂട്ടത്തിൽ കേട്ടറിഞ്ഞ ഒരു പേരാണ് *ഹൗസ് വൈഫ് സിൻഡ്രോം* എന്നത്. ആ വാക്കിന് കീഴടങ്ങുന്നവളുടെ നോവ് എന്ന അർത്ഥം അവളറിഞ്ഞു തന്നെ കൊടുത്തതാണ്.

കീഴടങ്ങില്ല എന്ന തീരുമാനത്തിലാണ് ചെടിച്ചട്ടികളും പൂക്കളുമൊക്കെ വീടിനെ അലങ്കരിച്ചു തുടങ്ങിയത്.

പഴയതെങ്കിലും മനോഹരമായ അവരുടെ വീടും ആവും വിധം അവളൊതുക്കിപ്പെറുക്കി വെച്ചു.

പാചകവിദഗ്ദ്ധയൊന്നുമല്ലെങ്കിലും വീട്ടിലുള്ളവർക്ക് വിളമ്പിക്കൊടുക്കുന്ന ഭക്ഷണത്തിൽ ചേർക്കുന്ന സ്നേഹത്തിന്റെ രുചിയും അവളെ സംതൃപ്തയാക്കി.

അവളുടെ സംതൃപ്തിയിലായിരുന്നു അവർ സന്തോഷം കണ്ടെത്തിയിരുന്നത്.

അങ്ങിനെ നോവുകളമർന്നു തുടങ്ങി.

ജീവിതം അതിന്റെ ഹൃദയതാളം വീണ്ടെടുക്കുന്നത് തിരിച്ചറിയുകയായിരുന്നു അവൾ.

ഇന്ന് ഉണർന്നത് പനിച്ചൂടിലാണ്. കഴിക്കാൻ എന്തുണ്ടാക്കുമെന്ന ചിന്തയിലേക്ക് തണുപ്പ് കോരി ഒഴിച്ചുകൊണ്ട് മകൻ പറഞ്ഞു. ‘ഇന്ന് നമുക്ക് വാങ്ങാം. ഞാൻ കൊണ്ടുവരാം അമ്മാ....... ’

സന്തോഷത്തോടെ ചായയും കാച്ചിവെച്ച് , ഭക്ഷണത്തിനായി

കാത്തിരിക്കുമ്പോഴാണ് ഭർത്താവ് ഇറങ്ങി വന്നത്. മോൻ ഭക്ഷണം വാങ്ങാൻ പോയതാണെന്ന് കേട്ടപ്പോൾ അയാൾ പൊട്ടിത്തെറിച്ചു. ' കൊണ്ടു തിന്നുന്നത് ഒരു ശീലമാക്കണ്ട. '

മേലാകെ നോവിക്കാൻ പാകത്തിനുള്ള ഒരടി കിട്ടിയ പോലെ അവളുടെ നെഞ്ചു നീറി. കണ്ണുനിറഞ്ഞു നിന്നിരുന്ന സ്നേഹത്തിന്റെ മനോഹരക്കാഴ്ചകൾ മറച്ചുകൊണ്ട് അവിടം പുകഞ്ഞു.

വീണ്ടുമൊരു പനിച്ചൂടിൽ അവളുടെ ദേഹമാകെ നോവു നിറഞ്ഞു.

****

കൊണ്ട് തിന്നുക = പുറമെനിന്നും വാങ്ങിച്ച ഭക്ഷണം കഴിക്കുക.

പെയ്തൊഴിയുമ്പോൾ

ഇരുൾ മാറാത്ത പുലരിയെ സാക്ഷിയാക്കി കിളികളുടെ കീർത്തനങ്ങൾക്കൊപ്പം അവളുടെ പതിഞ്ഞ സ്വരവും കേട്ടു.

'ഇഖ്റഅ് ബിസ്മി റബ്ബികല്ലദീ ഹലഖ് നിന്നെ പടച്ച റബ്ബിന്റെ നാമത്തിൽ വായിക്കുക. '

ഇഖ്റഅ് = വായിക്കുക

ബിസ്മി = (അവന്റെ) നാമത്തിൽ

റബ്ബിക = (നിന്റെ) റബ്ബിന്റെ

അല്ലദീ = അവനാകുന്നു.

ഹലഖ് = സൃഷ്ടിക്കുക.

അവൾ ഖുർആൻ പാരായണം ചെയ്തു കൊണ്ടിരിക്കുകയാണ്.

വായനക്കും പഠനത്തിനും ഖുർആൻ നൽകിയ പ്രാധാന്യത്തെക്കുറിച്ചുള്ള വിശദീകരണം അവൾ തുടർന്ന് വായിച്ചു.

ചൈനയിൽ പോയെങ്കിലും നിങ്ങൾ വിദ്യാഭ്യാസം നേടണം എന്ന പ്രവാചക വചനത്തിൽ അവളുടെ മനസ്സുടക്കി നിന്നു. അക്കാലത്ത് ചൈനയിൽ നിന്ന് എന്തായിരിക്കും പഠിക്കാൻ ഉള്ളത് എന്നതിൽ നിന്നും അവൾ കണ്ടെത്തിയ ഉത്തരം ഭൗതിക വിദ്യാഭ്യാസം നേടലും പ്രധാനം തന്നെ എന്നതായിരുന്നു. (എത്ര ദൂരെ പോയും അറിവു നേടു എന്നതാണ് യഥാർത്ഥ വിവക്ഷ.)

ഉറക്കം തൂങ്ങിയിരിക്കുന്ന മകനെ വിളിച്ചുണർത്തി കുളിക്കാൻ പറഞ്ഞയച്ച ശേഷമാണ് അവൾ അടുക്കളയിൽ കയറിയത്. ആവി പറക്കുന്ന ചായ മേശപ്പുറത്ത് കപ്പുകളിൽ ഒഴിച്ചു വെച്ച ശേഷം പ്രഭാതഭക്ഷണത്തിനുള്ള ഒരുക്കങ്ങളിലേക്ക് കടന്നു. പുട്ടുകുറ്റിയിൽ നിന്നും പുറത്തു വരുന്ന ആവി തണുത്തു കിടക്കുന്ന ജനൽ ചില്ലിൽ വിവിധങ്ങളായ ചിത്രങ്ങൾ

വരക്കുന്നത് നോക്കി നിൽക്കവേ ഇവാപൊറേഷനും കൺഡൻസേഷനും പഠിപ്പിക്കുന്ന ക്ലാസിൽ പഠിപ്പിക്കാൻ നിൽക്കുന്നതായിട്ടാണ് അവൾക്ക് തോന്നിയത്.

'ലുക്ക് റ്റൂ ദിസ് ബ്യൂട്ടിഫുൾ എക്സാംപിൾ ഫോർ ഇവാപൊറേഷൻ ആന്റ് കൺഡൺസേഷൻ ഫ്രം ഔർ ഡെയിലി ലൈഫ്' എന്ന് പറഞ്ഞു തിരിഞ്ഞപ്പഴാണ് ചായയെടുക്കാൻ വന്നയാൾ വായും പൊളിച്ച് നോക്കി നിൽക്കുന്നത് കണ്ടത്.

'എന്താ? ' മനോരാജ്യത്തിൽ പറഞ്ഞത് പുറത്തേക്ക് വന്നോ എന്ന സംശയത്തോടെയാണ് ചോദ്യമുരുവിട്ടത്.

'യ്യ് ഇംഗ്ലീഷിലെന്തേലും പറഞ്ഞീനൊ? ' എന്ന അവന്റെ സംശയം കേട്ടതേ അവൾ നാക്കു കടിച്ചു.

'കേട്ടു കേട്ടു' എന്ന് മനസിൽ പറഞ്ഞവൾ ചിരിച്ചു. ചമ്മൽ മറച്ച് ചിരിച്ചുകൊണ്ട് പറഞ്ഞു ...... , 'ഹേയ് '

'ഇൻക്ക് ഇയ്യ് ക്ലാസെടുക്കണെ മാതിരി തോന്നി ' എന്ന് മയത്തിൽ പറഞ്ഞു കൊണ്ട് അവൻ ചായക്കപ്പ് കയ്യിലെടുത്തു.

'സൂപ്പർ ചായ ' .... ഒരു സിപ്പെടുത്തു കൊണ്ടവൻ അവിടെയിരുന്നു.

രണ്ടു സവാളയും ഉരുളക്കിഴങ്ങുമെടുത്ത് അവന് മുന്നിൽ വെച്ചു കൊടുത്തിട്ട് 'ഇതങ്ങട് തൊലിച്ചാളി ' എന്നും പറഞ്ഞു തക്കാളിയും പച്ചമുളകുമെടുക്കാൻ ഫ്രിഡ്ജ് തുറന്നു.

'ഒരു ചായ നന്നായി എന്നു പറഞ്ഞതിനുള്ള ശിക്ഷയാണോ ഇത്? ' എന്ന് ചോദിച്ചവൻ ചിരിച്ചു.

'എനിക്കൊരു ആൻഡ്രോയ്ഡ് ഫോൺ വാങ്ങി തരുമോ? ' അവൾ തിരിച്ചു ചോദിച്ചു.

'ഉള്ളി തൊലിച്ചാലാണോ തൊലിക്കാതിരുന്നാലാണോ? ' അവൻ ചിരിച്ചുകൊണ്ട് മറുചോദ്യം ചോദിച്ചു.

'തമാശ കളയ് .... വാങ്ങിത്തരുമോ? ' അവൾ മുഖം കനപ്പിച്ചു.

'ഈ മാസത്തെ കണക്ക് കൂട്ടിനോക്കട്ടെ പൈസ ഉണ്ടെങ്കിൽ

നോക്കാം. ' അവൻ അയഞ്ഞു.

കത്തിയും തക്കാളിയും വർക്ക് ടേബിളിൽ വെച്ച് അവനടുത്തേക്ക് തിരക്കിട്ട് നടന്നു വന്നിട്ടവളവനെ അമർത്തിപ്പുണർന്നു. അവന്റെ അധരങ്ങൾ നുകർന്നവനെ ശ്വാസം മുട്ടിച്ചു. മൂക്ക് കൊണ്ടവന്റെ മൂക്കിലുരസിക്കൊണ്ട് പറഞ്ഞു. 'താങ്ക്യൂ ഇക്കാ....... '

'ഇങ്ങനെയാണെങ്കിൽ എന്തു വേണേലും വാങ്ങിച്ചു തരാലോ .... ' . ഒന്നുകൂടി അവളെ വലിച്ചു തന്നിലേക്കടുപ്പിച്ചു കൊണ്ട് ഒരു വഷളൻ ചിരിയോടെ അവൻ പറഞ്ഞു.

അവളാ ചിരി കാണാത്ത ഭാവത്തിൽ അവന്റെ കൈകളെ അടർത്തിമാറ്റി സ്വന്തം ജോലിയിലേക്ക് തിരിഞ്ഞു.

ആ തിരിഞ്ഞു നടത്തം അവനു പിടിച്ചില്ല. നാളുകൾക്കിപ്പുറം അവളുണർത്തിയ ആണൊരുത്തനെ നിർദാക്ഷിണ്യം അവഗണിച്ചവളോട് അവന് ദേഷ്യം തോന്നി. ആ ദേഷ്യം ശരീരത്തിന്റെ ഓരോ അണുവിലേക്കും ഇബ്ലീസായി പടർന്നു കയറി. നാവതേറ്റുപിടിച്ചു. (ഇബ്ലീസ് = ചെകുത്താൻ)

'അല്ല അനക്കെന്തിനാണിപ്പോൾ ആൻഡ്രോയിഡ് ഫോൺ? അന്റരുത്തുള്ള ഫോണിന് ഒരു കുഴപ്പവും ഇല്ലല്ലോ? ' അവന്റെ പ്രണയഭാവം മാറിയിരുന്നു. അവനൊരു പക്കാ ഭർത്താവിന്റെ ശബ്ദമുണ്ടായിരുന്നു.

ഇടക്ക് ആ ശബ്ദത്തിൽ ദേഷ്യവും കലരുന്നുണ്ടോ എന്നവൾക്ക് സംശയം തോന്നി.

അവളിൽ നിന്നും പ്രണയത്തിന്റെ എല്ലാ ഭാവങ്ങളും ഒഴിഞ്ഞു പോയി. ഉറയഴിച്ചിട്ട ഉരഗത്തെപ്പോലെ അവൾ തൊലിയടർന്നു നിന്നു. ഭീതിയുൾച്ചേർന്ന മൗനം അവളെ വലയം ചെയ്തു. അവളുടെ ഉള്ളിലേക്ക് ഇതു പോലുള്ള പല ചോദ്യങ്ങളും വരിവരിയായി കടന്നു വന്നു.

അല്ലെങ്കിൽ നിനക്കെന്തിനാ ജോലി? നീ പണിയെടുത്തിട്ടു വേണോ ഇവിടെ?

* എന്തിനാ ഇപ്പൊ ഡ്രൈവിംഗ് പഠിക്കുന്നത്? അതിന്റെ ആവശ്യമെന്താ?*

നീ ഖുർആൻ ക്ലാസിന് പോയിട്ടിതുവരെ ഭാര്യയുടെ കടമകൾ പഠിച്ചിട്ടുണ്ടോ? പിന്നെ എന്തിനാ അതിന് പോണത്?

നീ എഴുതിയെഴുതി കുടുംബത്തിന്റെ മാനം കളയണ്ട. അല്ലെങ്കിൽത്തന്നെ അനക്കെവിടന്നാ എഴുതാനുള്ള സമയം?

ചോദ്യങ്ങളുടെ ചക്രവ്യൂഹത്തിൽ കുടുങ്ങി ഭയന്ന് നിശ്ശബ്ദയായിപ്പോയതിനാൽ നഷ്ടമായിപ്പോയ ഇഷ്ടങ്ങളും ആഗ്രഹങ്ങളും അവളുടെ തലക്കുള്ളിൽ ഇരുമ്പു കൂടങ്ങൾ കൊണ്ടടിച്ചു കൊണ്ടിരുന്നു.

യാന്ത്രികമായി ഇരുകൈകൾ കൊണ്ടും ചെവിപൊത്തി കണ്ണുകളടച്ച് നിൽക്കുന്നവളെ കണ്ടപ്പോൾ അവന്റെ മനസ്സിൽ പഴയ ഒരു ഉൻമാദി പിറവിയെടുത്തു.

'ചോദിച്ചത് കേട്ടിട്ട് മിണ്ടാണ്ട് പൊട്ടൻ കളിക്യാ? അനക്ക് ആൻഡ്രോയിഡല്ല ...... അസ്‌രായീലിനെ എത്തിച്ച് തരാം ഞാൻ! ' അവനവളുടെ ചുമലിൽ പിടിച്ചു കുലുക്കി. (അസ്‌രായീൽ = മരണത്തിന്റെ മാലാഖ)

അവൾ ശ്വാസം വലിച്ചു വിട്ടു. വർഷങ്ങളായി ക്ഷമിച്ചും സഹിച്ചും കടന്നുപോന്ന വഴികളെല്ലാം അവൾക്കു മുന്നിൽ ആ നിമിഷം തെളിഞ്ഞു വന്നു. അവളുടെ കാലിൽ നിന്നും രോഷത്തിന്റെ ചൂട് അരിച്ച് മുകളിലേക്ക് കയറി. ശരീരം വിറച്ചു. മുഖം താപത്താൽ ചുവന്നു. കോപത്താൽ നാസികാഗ്രം വിറകൊണ്ടു.

കണ്ണുകൾ തുറന്ന് അവന്റെ മുഖത്ത് നോക്കി.

ദേഷ്യം കത്തിനിൽക്കുന്ന അവന്റെ മുഖം കണ്ടവളുടെ ശരീരത്തിൽ നിസ്സംഗതയുടെ തണുപ്പു പടർന്നു. മുഖത്ത് പുച്ഛം നിറഞ്ഞു .

അവന്റെ പോക്കറ്റിൽ നിന്നും അവന്റെ ആൻഡ്രോയിഡ് ഫോണെടുത്ത് ഉയർത്തിക്കാണിച്ചു കൊണ്ട് അവൾ ചോദിച്ചു. 'ഇതെന്ത് ഫോണാ? '

തീരെ പരിചയമില്ലാത്ത അവളുടെ മുഖഭാവം കണ്ട് അവൻ അൽപമൊന്നമ്പരന്നു. 'അനക്കറീല്ലെ? ' അവൻ വലിയ ഭാവഭേദമൊന്നും കാണിക്കാതെ തിരിച്ചു ചോദിച്ചു.

അവന്റെ മുഖഭാവത്തേയോ കോപത്തേയോ തീരെ വിലവെക്കാത്ത മട്ടിൽ അവൾ ഒച്ച ഉയർത്തി.

'ഇങ്ങക്കിതെന്തിനാ?' അതു ചോദിക്കുമ്പോൾ അവൾ വിറക്കുകയും കിതക്കുകയും ചെയ്തിരുന്നു.

'എനിക്ക് പലേ ആവശ്യങ്ങളും ഉണ്ടാവും അതൊക്കെ ഇയ്യറിയണംന്നില്ല .... ' അവൻ കത്തിക്കയറി.

എന്തു പറഞ്ഞാലും മിണ്ടാതെ കേട്ടു നിന്നിരുന്ന...... രണ്ട് വട്ടം ഒച്ച പൊന്തിക്കുമ്പോൾ ഇഷ്ടങ്ങൾ ഒഴിവാക്കിക്കളഞ്ഞ് മൗനിയാവാറുണ്ടായിരുന്ന ആ പൂച്ചപ്പെണ്ണിനെ മനസ്സിലോർക്കവെ അവനൊന്നു പതറിയെങ്കിലും....... അത് ഉള്ളിലൊളിപ്പിച്ച് അവൻ വീണ്ടും ആണഹന്തയുടെ പ്രകടനം നടത്തി.

അവൾ പക്ഷേ പതിവ് മൗനം വെടിഞ്ഞ് വീണ്ടും ഉഗ്രരൂപിണിയായി.

'ഇനിക്കറിയണം. ഇന്നെ വിരലിന്ററ്റത്ത് കെട്ടിനിർത്തുന്ന .... ഇങ്ങളുടെ കാര്യങ്ങളും ഇനിക്കറിയണം. ഇനിക്ക് വേണ്ടാത്ത ഫോൺ ഇങ്ങൾക്കെന്തിനാ എന്നാണ് ചോദിച്ചത്. ' അവൾ കിതച്ചു.

അവളുടെ പകർന്നാട്ടം കണ്ട് അവന് വല്ലാതെ പേടി തോന്നി. അവൾ നിലവിട്ട് പോകുമോ എന്ന ഭീതിയിൽ അവളോടുള്ള സ്നേഹം അവനിൽ നിറഞ്ഞു. അവനറിയാതെ തന്നെ അവനിൽ കയറിയ ഇബ്ലീസ് ഇറങ്ങിപ്പോയി. അലിവോടെ അവനവളെ നോക്കി. അലിവിന്റെ ഒറ്റച്ചിന്തയിൽ, അവന്നായി, അവരുടെ കുടുംബത്തിന്നായി അവൾ ത്യജിച്ച ഇഷ്ടങ്ങളോരോന്നും അവനു മുന്നിൽ തെളിഞ്ഞു വന്നു. അവനവളെ കൂട്ടിപ്പിടിച്ചൊന്നു മുകർന്നു.

'നമ്മക്ക് എന്താച്ചാൽ വാങ്ങാം. '

പൊട്ടിക്കരഞ്ഞു കൊണ്ട് അവളാ ഫോൺ വലിച്ചെറിഞ്ഞു. അത് നിലത്ത് വീണ് ചിതറി. 'വേ ......വേണ്ട. ഇൻക്കും വേണ്ട ...... ഇങ്ങക്കും വേണ്ട .... ഒലക്കമ്മെലെ ഒരു .... ആ..... ആൻഡ്രോയിഡ് ഫോൺ'

അവനും നിശ്ചയിച്ചു അവൾക്കില്ലാത്തതു വേണ്ട എന്ന്. അവനുള്ളത് അവൾക്കും ആകാം എന്ന്.

പെയ്തൊഴിഞ്ഞ മാനത്തെന്ന പോലെ അവളുടെ മുഖത്തൊരു ചിരി വിരിഞ്ഞു. അത് അവരുടെ ജീവിതത്തിൽത്തന്നെ പുതിയ വെയിൽ നിറച്ചു. സ്നേഹത്തിന്റെ പ്രണയത്തിന്റെ തെളിവെയിൽ........

ശുഭം.

ഹുബ്ബുർറസൂൽ

പുലർച്ചെ നാലരയാണ് സമയം. പുലർച്ചെയുള്ള നമസ്കാരങ്ങൾക്കു ശേഷവും ഞാൻ കിടക്കുകയാണെന്ന് കണ്ട് ഉണർത്താനായി അടുത്തു വന്നു കിടന്നതാണ് ഇക്ക.

'വുദൂഎടുത്ത വെള്ളം മുഴുവൻ ന്റെ മേത്താക്കല്ലെ' എന്നും പറഞ്ഞ് ഒന്നും കൂടെ ചുരുണ്ടു കൂടാനുള്ള പുറപ്പാടിലായിരുന്നു ഞാൻ. അപ്പോഴാണ് ഫോൺ ബെല്ലടിച്ചത്.

സ്ക്രീനിൽ തെളിഞ്ഞ പേര് നോക്കിയ ശേഷം ഞാൻ ഫോണെടുത്തു.

'എന്താ ഫാസൂ ഈ നേരത്ത്?'

****

'നീ സമാധാനപ്പെട്ട് പെണ്ണേ ..... കരയാതെ സംസാരിക്ക്'

****

തേങ്ങിയും മുറിഞ്ഞും അവൾ പറയുന്നതെല്ലാമ് ഞാൻ കേട്ടു.

ഒടുവിൽ സുബ്ഹി ബാങ്കിന്റെ ശബ്ദം കാതിൽ മുഴങ്ങിയപ്പോൾ ഞാൻ പറഞ്ഞു.

'നീ ക്ഷമിക്ക് പെണ്ണേ ..... നിന്റെ ജീവിതം പടച്ചോൻ കാണുന്നുണ്ടാവുമല്ലോ ..... '

ഫോൺ വെച്ച് എഴുന്നേറ്റ ശേഷമാണ് മക്കളെ വിളിച്ച് നമസ്കാരത്തിനൊരുങ്ങിയത്.

ഒഴിവു ദിനമായതിനാൽ അല്പനേരം കൂടി ഒന്നുഴപ്പാമെന്ന് കരുതി വീണ്ടും കിടന്നു.

'ആരാ .... രാവിലെത്തന്നെ ..... ഫർസാന ആയിരുന്നോ? '

'നടത്തവും മുടക്കിയിട്ട് ഇങ്ങേളിത് മനുഷ്യനെ സുയിപ്പാക്കാനുള്ള പരിപാടിയായിട്ടിറങ്ങല്ല ട്ടൊ. '

എന്ന് പറഞ്ഞ് കൊണ്ട് ഞാനാ വിഷയത്തിൽ നിന്നും ഊരാൻ

നോക്കി.

ഇക്കാന്റെ ചങ്കാണ് മൻസൂർ. ഫർസാന എനിക്കും അങ്ങിനെത്തന്നെ.

പ്രശ്നങ്ങൾ ഞാൻ പറഞ്ഞറിഞ്ഞാൽ ഇനി അത് വല്യ കുഴപ്പായി മാറാൻ ചാൻസുണ്ട്.

മൗനമാണ് ഇത്തരം സന്ദർഭങ്ങളിൽ ഭൂഷണം.

'എന്തായിരുന്നെടോ ഇന്നത്തെ പ്രശ്നം? ' ഇക്കാക്ക് വിടാനുള്ള ഭാവമില്ല. മിണ്ടാതെ വിഷയം മാറ്റിയാലും ഉറക്കം നടക്കൂല എന്ന് ഇങ്ങേരുടെ കരചലനങ്ങളിൽ നിന്ന് വ്യക്തമാവുന്നുണ്ട്.

ന്നാപ്പിന്നെ ... കാര്യം പറയന്നെ.

'നേരം വെളിച്ചായാൽ അന്തിയാവോളം ഫോണായിട്ടോ നേരിട്ടോ കുസുകുസേന്ന് പറഞ്ഞോണ്ടിരിക്കണ ചെങ്ങായിയല്ലേ... ങ്ങക്ക് അയാളെ ഒന്ന് ഉപദേശിച്ചൂടെ . ' ഞാൻ കനപ്പിച്ചു പറഞ്ഞു.

'ഇയ്യ് കാര്യം പറയ്. ' ഇക്ക വിട്ടില്ല.

' കാര്യം എന്നും ള്ളതെന്നെ.

ഓള്ക്ക് വയ്യ. ഓള്ക്ക് വയ്യാണ്ടായാൽ ഓന് പിരാന്താവും. ഓന്റെ പിരാന്ത് ഓളോടുള്ള ദേഷ്യാണല്ലോ ...... കഴുകാതെ സിങ്കിൽ നിറഞ്ഞു കിടന്നീന്ന പാത്രങ്ങളെല്ലാതും കൂടി ഓനെറിഞ്ഞ് നിലത്തിട്ടൂത്രെ...... പാത്രങ്ങളും പൊട്ടിയ ചില്ലും ഒക്കെക്കൂടി അടുക്കള നിറഞ്ഞു കിടക്കായിരുന്നൂത്രെ ...... ' എനിക്ക് സങ്കടവും ദേഷ്യവും വിറഞ്ഞു വന്നു.

' ഇന്നിട്ട് നീയെന്തുപറഞ്ഞു ?

അല്ല .... നീയാണെങ്കിൽ എന്താ ചെയ്യാ? ' ഇക്കാടെ ചോദ്യം.

'ഞാനാണെങ്കിൽ എന്താചെയ്യാന്നുള്ളതന്നേണ് ഞാൻ ഓൾക്ക് പറഞ്ഞ് കൊടുത്തത്. അപ്പോത്തിനും ഓള് ഹുബ്ബു റസൂലിന്റെ ആളായി വേറെ ചെയ്തീനും ...... ' ഞാനൊന്നമർത്തി മൂളി .

'ന്തോന്ന്.....? '

മൂപ്പര് ഒന്ന് എണീറ്റിരുന്നു.

'ഞാൻ പറഞ്ഞു..... കൊറേ കാലായിലേ .....ങ്ങനെ കരയുന്നു. ഞാനാണെങ്കിൽ അതൊക്കെ വടിച്ച് ഒരു ചാക്കിൽ കെട്ടി വെക്കും. ന്നിട്ട് മേലാൽ പാത്രം കഴുകാതെ ...... ഉപയോഗിച്ച മുറക്ക് ഓരോന്നും ഒരു ചാക്കിലിട്ട് കളയും.

ഒരാൾക്ക് യാതൊരു വിലയും ഇല്ലാതെ എറിഞ്ഞു കളയാൻ പറ്റുന്ന പാത്രങ്ങൾ പിന്നെ നമ്മൾ കഴുകി സൂക്ഷിക്കണ്ട

കാര്യല്ലാന്ന്. ' .... ഹല്ല ... പിന്നെ ....

'ഹമ്പടി കേമീ....... ഞാനൊരു പാവായോണ്ട് തരക്കേടില്ല. അല്ല ... ന്നിട്ട് ഓളെന്താ ചെയ്തേ....? '

'ഓള് കുറച്ചു കരഞ്ഞപ്പഴാത്രേ ..... ആയിശാബീവി ദേഷ്യത്തിൽ പാത്രം എറിഞ്ഞുടച്ചപ്പോൾ റസൂൽ അതെല്ലാം പെറുക്കി വൃത്തിയാക്കിയ കഥ ഓർത്തത് ന്ന് ..... '

' അപ്പോ ഓള് ആയിശയായോ ? '

'ഇല്ല.... ആയിശ എറിഞ്ഞ് പൊട്ടിച്ചതല്ലേ..... അവള് എല്ലാതും പെറുക്കി തുടച്ച് വൃത്തിയാക്കി ..... റസൂലിന്റെ പോലെ ......ന്ന്.......

ഹുബ്ബുർറസൂലാത്രെ......!!! '

'ഹതു കലക്കി.

അല്ല .....അന്റഭിപ്രായത്തിൽ ദേഷ്യം പിടിക്കുന്നതൊക്കെ ഒരു തെറ്റാണോ?

പിന്നെ പാത്രം കഴുകലൊക്കെ ഓളെ ചുമതലേൽ പെട്ടതല്ലേ....' മൂപ്പര് ഒന്നു ഇളക്കി നോക്കുവാണ്.

'ദേഷ്യം പിടിക്കണത് തെറ്റോ ശരിയോന്ന് ഇൻക്കറീല്ല. പാത്രം പൊട്ടിക്കുന്നത് തെറ്റല്ലേ .....

പ്രസവിച്ച കുഞ്ഞിന് മുലകൊടുക്കാൻ നിന്റെ ഭാര്യക്ക് വല്ല പ്രയാസവും ഉണ്ടെങ്കിൽ അതിന്ന് നീ ആളെ ആക്കിക്കൊടുക്കണം എന്ന് ഇസ്ലാമില് ഉണ്ടെന്നാ ഞാൻ കേട്ടത്. പിന്നെങ്ങനാ പാത്രം കഴുകല് ഓളെ ഡ്യൂട്ടിന്ന് ഇങ്ങള് പറയാ .....? ' എനിക്ക് വിറഞ്ഞു വന്നു.

' ന്റെ റബ്ബേ...... ഞാൻ കേട്ടീല്ല. ' മൂപ്പര് ചിരിച്ചു.

‘അത് അങ്ങനാ.... പെണ്ണ്ങ്ങൾക്ക് ഫേവറുള്ളതൊന്നും ഇങ്ങള് ആണുങ്ങള് കേൾക്കൂല . ’ ഹല്ലാന്ന്.

എനിക്ക് ദേഷ്യം വന്നിട്ട് വയ്യാരുന്ന്.

‘ന്റെ പൊന്നോ.... ഞാൻ റസൂലിന്റെ ആളാ ..... ആയിശ എറിഞ്ഞ പാത്രം പെറുക്കിയ റസൂലിന്റെ ആള്. ന്റെ പൊന്നാര ആയിശാ..... ’

മൂപ്പര് ഒലിപ്പീര് തൊടങ്ങാൻ നോക്കി.

അപ്പോഴേക്കും ഞാനെണീറ്റു.

‘ഞാനേയ് ...... ആളു വേറെ

എനിക്കേയ്....

പാത്രം എറിയാനും ദേഷ്യപ്പെടാനും ആയിശക്ക് അവകാശം കൊടുത്ത റസൂലിനെയാണ് എനിക്ക് ഹുബ്ബ്. എന്നും ഹൃദയത്തിൽ തൊട്ട ഹുബ്ബ്? ’

* വുദൂ ... = നമസ്കാരത്തിന് (പ്രാർത്ഥനക്കുള്ള അംഗ ശുദ്ധി)

* * ഹുബ്ബ് = ഇഷ്ടം.

പഴയിടത്തെ സഫിയാത്ത

ഏകദേശം 11.30 മണിയായിട്ടുണ്ട്. ഇനി ബാത്ത്റൂമും കൂടി കഴുകീട്ട് കുളിച്ചാൽ മതി.

12 മുതൽ 2 വരെ കുറച്ച് നേരം എഴുതാനിരിക്കണം എന്ന് കരുതിയതാണ്.

പറയണ കേട്ടാൽ വല്യ എഴുത്തുകാരിയാണെന്ന് തോന്നും. ചുമ്മാ.... ജാഡ.

എന്തേലുമൊക്കെ കുത്തിക്കുറിച്ച് ളയ യിൽ പോസ്റ്റ് ചെയ്യും. നല്ലതാണെന്ന് പറയാൻ അധികമാരെയും കാണാറില്ല. (നന്നാവണ്ടേ..... ന്നാലല്ലേ.... പറയല്)

ന്നാലും എല്ലാരും ചോയ്ക്കും. 'എവിടന്നാ ഇതിനൊക്കെ സമയം ' ന്ന്.

ഹൗ എന്താ ഒരു ശുഷ്കാന്തി.

ങാ.... അതന്നെ പറഞ്ഞത്. ആ സമയത്തിന് വേണ്ടീട്ടുള്ള നെട്ടോട്ടത്തിലാണ്.

മൊബൈലിൽ പാട്ടങ്ങിനെ പാടുന്നുണ്ട്. പലരും പലതും.

ന്റെ പിറുപിറുക്കലും തുടർന്നു പോന്നു.

ചുമരും പാത്രങ്ങളും ചൂലും മുറവും എന്നു വേണ്ട സ്വിച്ചും ബൾബും വരെ പിറുപിറുവർത്താനങ്ങൾ കേട്ടുമടുത്ത് കണ്ണടച്ചു കളഞ്ഞു.

അപ്പഴാ ..... ടീം ടോം.....

കാളിങ്ങ് ബെല്ലിന്റെ ശബ്ദം.

ആരാണീ നേരത്ത്?

പടച്ച റബ്ബേ...... മൈമൂനാന്റെ ആറാം ഭാഗം. മഴയോർമയുടെ ചെറുകഥ !! ഒക്കെ പൊളിച്ചടുക്കി.

കസേരയിൽ ചുരുട്ടിയിട്ടിരുന്ന ഷാളെടുത്ത് തലയിലൂടെ ഇട്ട് ഉമ്മറത്തേക്കോടി. കണ്ണട വെക്കാത്തോണ്ട് ജനലിലൂടെ

നോക്കിയപ്പോൾ ആളെ അത്രക്കങ്ങട്ട് പിടി കിട്ടീല. ഏതോ ഒരു സ്ത്രീയാണ്. വാതിൽ തുറന്ന് ...... ഒരു വെറും ചിരി ചിരിച്ചു.

'അല്ല മിൻസിയാ..... അനക്ക് ന്നെ മനസ്സിലായില്ലാ? കയ്ഞ്ഞായ്ച്ചയല്ലേ ... ഞാൻ ഇവടെ വന്നത് ? '

ഗ്രിൽസ് തുറന്ന് ഉള്ളിലേക്ക് കയറിക്കൊണ്ടാണ് ചോദ്യം.

ആളെ പിടികിട്ടി. രണ്ടു മൂന്ന് മാസമായിട്ട് ഇടക്കിടെ സന്ദർശിക്കാറുണ്ട്.

ആദ്യം വന്നപ്പോൾ എന്തോ സഹായാഭ്യർത്ഥനയുമായി വന്നതാണ് എന്നാണ് ഞാൻ കരുതിയത്. പറഞ്ഞു വന്നപ്പോൾ ഇക്കാന്റെ എന്തോ കുടുംബമാണ്.

പഴയിടത്തെ സഫിയാത്ത .

വന്നാൽ ഒരു മണിക്കൂർ കണക്കാണ്. തിന്നാനും കുടിക്കാനും ഒന്നും വേണ്ട. കുറേ കഥ പറയും. ഞാൻ മൂളിക്കേൾക്കും.

പോകാൻ നേരം പഴയ ന്യൂസ് പേപ്പറിന്റെ ചീന്തിൽ പൊതിഞ്ഞ നാല് നാരങ്ങ മിഠായി തരും. 'കുട്ട്യോൾക്ക് കൊടുത്താളി. സഫിയാത്ത തന്നതാന്ന് പറഞ്ഞാ മതി. '

കുട്ട്യോൾക്കെന്ത് സഫിയാത്ത ?!

സഫിയാത്തക്ക് പറയാനുള്ളത് മുഴുവനും മക്കളെക്കുറിച്ചാവും. സ്വന്തം ജീവിതത്തെക്കുറിച്ചാവും. പരാതിയോ പരിവട്ടമോ കുറ്റമോ കുറവോ ഒന്നും അവര് പറയാറില്ല. കേട്ടിരിക്കാൻ ഒരാൾ ..... അതാണ് അവർ തേടുന്നതെന്ന് എനിക്ക് തോന്നാറുണ്ട്.

എന്റെ ചിന്തകളുടെ വേലിക്കെട്ട് തകർത്തെറിഞ്ഞു , ഷാളിന്റെ അറ്റത്താൽ ഞാൻ മുഖമമർത്തിത്തുടച്ചു. 'കുളിക്കാൻ കേറുകയായിരുന്നു സഫിയാത്ത ..... ' അതൃപ്തി പ്രകടിപ്പിക്കാതെയാണെങ്കിലും ഇത്തിരി തിരക്കുണ്ടെന്ന് വ്യക്തമാക്കുന്ന രീതിയിൽ ഞാൻ പറഞ്ഞു.

'ഞാൻ ..... കുറച്ച് കാര്യങ്ങൾ അന്നോട് ചോയിച്ചറിയാൻ വന്നതായ്ന്നു. വേം പോഗാടീ....' എന്നും പറഞ്ഞ് അവർ കസേര വലിച്ചിട്ടിരുന്നു. ഞാനും അവർക്കെതിരിലായി

ഇരുന്നു.

‘ മോളേ ..... മക്കളുടെയൊക്കെ ഫോൺ നമ്പർ ഞാൻ കാട്ടിത്തരാം. ഇപ്പോ ഇൻക്ക് പുത്യേ മോഡൽ മൊബൈൽ കിട്ടീറ്റുണ്ടേയ്. ഓരൊക്കെ എപ്പളാ മൊബൈൽ നോക്കിയത് എന്നൊക്കെ അറിയാൻ പറ്റുംന്ന് പറയണ കേട്ടു. അതൊക്കെ ഒന്ന് കാട്ടിത്തരണം ഇൻക്ക്.’

മക്കള് ഏതൊക്കെ ക്ലാസിലാണാവോ പഠിക്കണത്? വല്യ മക്കൾ കല്യാണം കഴിഞ്ഞതാണ് എന്നാ ഞാൻ വിചാരിച്ചിരുന്നത്.

ഓരോ കഥകൾ പറയ്ന്നത് കേട്ടിരിക്കലല്ലാതെ ഞാൻ ഒന്നും ചോയ്ച്ചറിയലില്ല. ന്നാലും ഉമ്മമാർ ഇത്രക്കൊക്കെ അലേർട്ട് ആണോ ഇവിടെയൊക്കെ എന്ന് ഞാൻ പുളകിതയായി.

‘മക്കളൊക്കെ പഠിക്യാണോ സഫിയാത്ത?’

ഞാൻ വാട്സ് ആപ്പ് തുറന്ന് അതിൽ നമ്പറുകൾ സേർച്ച് ചെയ്യുമ്പോൾ ചോദിച്ചു.

‘അല്ല മളേ.... പഠിക്കണ കാലത്തൊക്കെ ദിവസോം ഓര് ന്നെ വിളിക്കും. വിവരങ്ങൾ പറയും. ഇപ്പം അങ്ങിനല്ലാ... രണ്ടാള് കല്യാണം കയ്ഞ്ഞ്. മറ്റോല് രണ്ടാളും ജോലീലായി.’

സഫിയാത്ത കഥക്കെട്ടു തുറന്നു.

‘ഇപ്പോ ..... കണ്ടോ ..... ഇവിടെ ഓ എൻ എൽ ഐ എൻ ഇ കണ്ടോ. ഓൺലൈൻ എന്നു വായിക്കാം. ഈ നമ്പറിലെ ആൾ ഇപ്പോ നെറ്റ് ഉപയോഗിക്കുന്നു ന്നാണ്. ’ ഞാൻ പറഞ്ഞു കൊടുത്തു.

സഫിയാത്ത തിളങ്ങുന്ന കണ്ണുകളോടെ ഫോൺ സ്ക്രീനിലേക്ക് ഉറ്റു നോക്കി.

‘ദ് ..... റഷീദാണ്. വല്യ കമ്പനീലാ ജോലി. ഓൻ പഠിക്കണ കാലത്ത് ഒറക്കം വരാതിരിക്കാൻ കട്ടൻ ചായന്റെപ്പരം ഇമ്മയും ഇരിക്ക്ന്ന് പറഞ്ഞ് ന്നെം ഇരുത്തും. പഠിപ്പില്ലേങ്കിലും ന്നെ ബെല്യ സ്നേഹാ... ’ കണ്ണും പല്ലും തിളങ്ങിക്കൊണ്ട് സഫിയാത്ത ചിരിച്ചു.

‘അല്ല പിന്നെ. കുട്ട്യോള് മ്മാരെ സ്നേഹിക്കലൊക്കെ പഠിപ്പ്

നോക്കീട്ടാണല്ലോ... ' ഞാൻ ഓരെ കളിയാക്കി.

'മ്മാരെ പഠിപ്പ് നോക്കോ ന്നൊന്നും അറീല കുട്ടി. പഠിപ്പും പത്രാസും ജോലിയുമൊക്കെയായാൽ ..... മക്കൾക്ക് മ്മാരെ സ്നേഹിക്കാനൊന്നും നേരം ണ്ടാവൂല. ' സഫിയാത്തക്ക് തൊണ്ട ഇടറിയോ? ഞാൻ സഫിയാത്തന്റെ മുഖത്തേക്ക് ഉറ്റുനോക്കി. സാരിത്തലപ്പ് കൊണ്ട് മുഖമൊന്ന് തുടച്ച് സഫിയാത്ത ചിരിച്ചു.

'സഫിയാത്തക്കിപ്പഴെന്താ വിഷമം?' ഞാൻ അവരുടെ കൈ കവർന്നു.

ഞാൻ കേൾക്കുമെന്ന് തോന്നിയതുകൊണ്ടല്ലേ അവർ വന്നത് എന്ന തോന്നലിൽ ഞാൻ അവരുടെ തോളിൽ തട്ടി.

'മക്കൾ പൈസയൊക്കെ തരാറില്ലേ?' ഞാൻ ചോദിച്ചു.

'പടച്ചോനെത്തിച്ചിട്ട് ഇപ്പൊ പൈസക്കൊന്നും ഒരു കുറവുമില്ല കുട്ടി. ഓരെ പൈസയൊന്നും മ്മക്കിപ്പോ ആവശ്യവും ഇല്ല. ' സഫിയാത്താടെ മറുപടി കേട്ട് ഞാനാകെ ചെറുതായിപ്പോയി.

'വൈന്നാരമായാൽ ഫോണും പിടിച്ചിട്ടിങ്ങനെ ഇരിക്യാ പണി. ഒന്ന് വിളിച്ചിട്ട് ......എന്താ മ്മാ വർത്താനം? ന്ന് ചോയ്ക്ക്ണ കേൾക്കാൻ. ആരും വിളിക്കൂല. ഒരാൾക്ക് തെരക്കാവും , മറ്റോൾ മറന്നോയിട്ടുണ്ടാവും, ഓന്റെ പെണ്ണ്ങ്ങള് സമ്മയ്ചീണ്ടാവൂല, വേറെന്തേലും പണിണ്ടാവും ന്നൊക്കെ വിചാരിച്ച് വിചാരിച്ച് നേരം തീരും.

ചോറ് തിന്ന്ണ നേരായാൽ ഒരു ശ്വാസം തിങ്ങലാണ്. അയ്റ്റങ്ങൾ തിന്നോ തിന്നീലേ ന്ന് അറിയാഞ്ഞാൽ വല്ലാത്തൊരു ദണ്ണ്. ' തേങ്ങിക്കൊണ്ടാണ് സഫിയാത്ത പറഞ്ഞു നിർത്തിയത്.

എന്റെ ചങ്കിൽ നിന്നും എന്തോ ഒന്ന് പൊള്ളിക്കൊണ്ട് താഴേക്കിറങ്ങിപ്പോയി.

വോയ്സ് മെസേജ് എങ്ങനെ അയക്കണമെന്ന് കാണിച്ചുകൊടുക്കാൻ നാലു നമ്പറിലേക്കും അവരെക്കൊണ്ട് തന്നെ സലാം പറയിപ്പിച്ചു.

'അസ്സലാമു അലൈക്കും . ഉമ്മാണെടാ ..... ' എന്ന മെസേജ്

നാലു പേർക്കും അവർ ആവേശത്തോടെ അയച്ചു.

അതിൽ തെളിഞ്ഞു കണ്ട രണ്ടു നീല ശരികളും ...... വോയ്സ് പ്ലേ ചെയ്തു എന്ന് സൂചിപ്പിക്കുന്ന നീലപ്പൊട്ടും എനിക്ക് പെട്ടെന്ന് തന്നെ അവർക്ക് മനസ്സിലാക്കിക്കൊടുക്കാനായി.

ഓരോ മെസേജുകളും ഒരിക്കൽക്കൂടി കേൾക്കവേ...... 'മ്മാ ണെടാ .... ' എന്നവർ ചിരിയോടെ ആവർത്തിക്കുന്നത് ഞാൻ നോക്കി നിന്നു .

'ന്നാ ഞാൻ വരട്ടെ കുട്ടി ' എന്ന് പറഞ്ഞ് പഴയിടത്തെ സഫിയാത്ത പോയി.

ഒരു മറുപടിയുമില്ലാതെ കിടക്കുന്ന ആ വോയ്സ് മെസേജുകൾ എന്റെ നെഞ്ചിനുള്ളിൽ കത്തിപ്പടർന്നു.

കുളിക്കുവാൻ പോകാനാവാതെ ഞാൻ ആ കസേരയിൽ തന്നെ അമർന്നിരുന്നു പോയി.

പഴയിടത്തെ സഫിയാത്ത മൈമൂനയേയും മഴയോർമകളേയും മാത്രമല്ല എന്റെ പകൽ സ്വപ്നങ്ങളെപ്പോലും ചാരമാക്കിക്കളഞ്ഞു.

ചിരിച്ചീളുകൾ

സാഹിത്യകാരി

വലിയൊരു എഴുത്തുകാരിയാവുക എന്നതായിരുന്നു മോഹം.

എല്ലാരോടും വളരെ ഗമയോടെ അത് പറയാറുമുണ്ട്.

അങ്ങനെ എഴുതിത്തുടങ്ങി.

എഴുതിയത് പ്രസിദ്ധീകരിക്കണ്ടേ .....

കണ്ട അഡ്രസുകളിലേക്കെല്ലാം അയച്ചു.

ഫ്രം അഡ്രസ് മറക്കാതെ വെച്ചതു കൊണ്ട് എല്ലാം മറക്കാതെ, മടിക്കാതെ, മടക്കാതെ തിരിച്ചെത്തി.

ഇന്നലെ ആ കെട്ടെല്ലാം എടുത്തു വച്ച് കത്തിക്കുമ്പഴാണ് ...... അടുത്ത വീട്ടിലെ ചേച്ചി വന്നത് ......

'എന്താ പണി ?

എന്താ കത്തിക്കണെത്?'

ഹോ ! എന്തൊക്കെ അറിയണം.

ഞാൻ കേൾക്കാത്ത ഭാവത്തിൽ കത്തുന്ന തീയിലേക്ക് വേറെ വേസ്റ്റു പേപ്പറുകൾ ഇട്ടു കൊടുത്തു കൊണ്ടിരുന്നു.

അപ്പഴാ അടുത്ത ചോദ്യം. 'നീ എഴുതുമോ? നിന്റെ ഫ്രന്റ്സ് ആരോ പറഞ്ഞല്ലോ ?'

'ങാ...ഇടക്കൊക്കെ '

ഗമയൊട്ടും കുറക്കാതെ ഞാൻ തട്ടി വിട്ടു.

'എവിടേം പ്രസിദ്ധീകരിച്ചു വന്നിട്ടില്ലെ?' അവര് പിന്നേം ചൊറിയുവാ .....

'ഹാ ... അതിനും മാത്രം എഴുതാനൊക്കെ നമ്മക്കെവിടാ ചേച്ചി നേരം ?! അതൊക്കെ ഒരു പണീമില്ലാത്തവർക്ക് പറഞ്ഞതല്ലേ....'

നമ്മളെന്നാ...... സുമ്മാവാ.....

****

മദേർസ് ഡേ

ന്തോന്ന് മദേർസ് ഡേ =

(പുളിക്കണ മുന്തിരി)

രാവിലെ മുതൽ തുടങ്ങിയതാണ് ക്ണിം ക്ണിം എന്ന് മൊബൈലിൽ നിന്നും ഒച്ച ....

എനിക്ക് നല്ലണം ഒഴിവുള്ളപ്പഴും , മൊബൈൽ നോക്കിയിരിക്കാനുള്ള (മാനസിക) ആരോഗ്യം ഉള്ളപ്പഴും അതൊരു സംഗീതമായി അനുഭവപ്പെടാറുണ്ട്.

ഇതിപ്പോ ...... പണിക്ക് സഹായത്തിനു വരുന്നവരൊന്നും വരാത്ത പെരുന്നാൾതിരക്ക് മാറാത്ത ആഴ്ച .

മേല് വേദനയും പനിയും തലവേദനയും എല്ലാം ചിരിച്ചു തള്ളിക്കൊണ്ട് തറവാട്ടിൽ ഒരു ഗെറ്റ് റ്റുന് പോകാൻ നിന്നപ്പഴാണ് കെട്ട്യോന്റെ ഊരക്ക് കൊളത്തിപ്പിടിച്ചത്.

ആർക്ക് എവിടെ കൊളത്തിയാലും എന്റെ നെഞ്ചത്തോട്ടാണ് വരാ എന്നാണ് ഞാൻ പറയാറുള്ളത്.

അങ്ങനെ സംഗതി ആകെ മൊത്തം സീനായി നിൽക്കുകയാണ്.

പെരുന്നാളിനു വന്ന മക്കളൊക്കെ അന്നേക്കന്നു രാത്രി തന്നെ പോയി.

അടുത്താഴ്ച മോൾക്ക് ഒരു പരീക്ഷ . ഓൾക്ക് പഠനത്തിരക്ക്.

ചെറിയ മോന്റെ ബോറടി മാറ്റാൻ അവനെ വിരുന്നിന് പറഞ്ഞയച്ചു.

എനിക്ക് ബെർതെ ദേഷ്യം വരാ....

ചെറിയ മോള് ചോയ്ച്ചു ..... 'എന്നാ മമ്മ ഞമ്മള് ബിലി വീട്ടിൽ പോവാ? '

'എല്ലാർടെം ..... കൊളത്തും പഠിത്തും ഒക്കെ കഴിയുമ്പം ൻക്ക് ജീവന്ണ്ടെങ്കിൽ പോകാം. ' ന്ന് ഞാൻ കടുപ്പത്തിൽ പറഞ്ഞു.

‘ഓക്കെ ’ എന്ന് അവൾ (മൂന്നര വയസ്സാണേ) മറുപടി പറഞ്ഞത് മമ്മന്റെ മോന്ത ശരിയല്ലാത്തതുകൊണ്ടാണ്. അല്ലാണ്ട് അവൾക്ക് അപ്പറഞ്ഞതൊന്നും തിരിഞ്ഞിട്ടില്ല.

മലർന്നു കിടന്ന കിടപ്പിൽ (പാവം! ഊര വേദനയാണല്ലോ) യൂ ട്യൂബ് വീഡിയോ അപ്ലോഡ് ചെയ്യുന്ന കെട്യോൻ എന്നെ സൈഡിലൂടെ നോക്കുന്നുണ്ട്. ഞാനും അങ്ങേർക്കിട്ടൊരു കൊട്ടേ ഉദ്ദേശിച്ചിട്ടുള്ളു. ഭാവവ്യത്യാസം കാണിക്കാതെ പണി തുടരുന്ന മൂപ്പരെ നോക്കി ഞാൻ ചവിട്ടിക്കുലുക്കി അടുക്കളയിലേക്ക് പോയി.

അപ്പഴാണ് ഈ ഒച്ച കേട്ട് മൊബൈൽ എടുത്തു നോക്കുന്നത്.

എല്ലാരുടെ മൊബൈലിലും മദേർസ് ഡേ ..... ആശംസകൾ എന്നും പറഞ്ഞ് മക്കൾ അയച്ച സ്റ്റാറ്റസുകളുടെ സ്ക്രീൻ ഷോട്ടുകളുടെ ഒരു ചാകര.

പെറ്റ മക്കൾ ആറും വന്ന മക്കൾ രണ്ടും ആകെ മൊത്തം 8 സ്വന്തം മക്കളുള്ള എനിക്ക് ഒരു വിറയലങ്ങു കേറി. അസൂയയായിരിക്കണം കാരണം.

ഹല്ല പിന്നെ.

അപ്പഴാ ..... ചെറിയ മോൻ (അവൻ അനിയത്തീന്റെ വീട്ടിൽ വിരുന്നിന്നു പോയതാണേ....) വിളിക്കുന്നത്. എന്താ ‘ മമ്മ ന്നെ മിസ് ചെയ്യുന്നുണ്ടോ? ’

‘പിന്നേ.... ഒരു മദേർസ് ഡേ ആയിട്ട് ഒരു സ്റ്റാറ്റസ് പോലും ഇടാത്ത മക്കളെയൊന്നും ഞാൻ മിസ്സയ്യൂല ’ ഞാൻ കലിപ്പിച്ചു.

‘അയിന് ഇൻക്ക് മൊബൈലില്ലല്ലോ മമ്മ ’ ന്നും പറഞ്ഞ് ഓൻ ഭയങ്കര ചിരി.

ശരിയാണല്ലോ എന്ന് മനസ്സിൽ ഓർത്തെങ്കിലും അതൊന്നും പറയാതെ ഞാൻ കലിപ്പിൽ തന്നെ ഫോൺ വെച്ചു.

ന്റെ മ്മന്റെ കയ്യിൽ കുഞ്ഞായ ഞാനുള്ള ഒരു ഫോട്ടോ എന്റെ കയ്യിൽ ഉള്ളത് ഞാനെടുത്ത് സ്റ്റാറ്റസിട്ടു.

അല്ലാന്ന് ....മക്കള് കൊറേ ണ്ടായാലെന്താ.... മ്മ ഒന്നല്ലേ ള്ളൂ

വലിയ രണ്ടാളോടും പറഞ്ഞിട്ട് ഒരു കാര്യവുമില്ല.

ആവശ്യത്തിന് പോലും ആ വാട്ട്സ് ആപ്പ് ഒന്നെടുത്തു നോക്കാത്ത പാർട്ടികളാണ്.

പിന്നെ മൂമി. ഓന് ന്റെ ഒരു പോട്ടം അയച്ചു കൊടുത്താലോ എന്ന് ഒരു നിമിഷം ആലോചിച്ചു.

ഫ്രറ്റേണിറ്റിയുടെ പുതിയ ഭാരവാഹിന്നുള്ള പോസ്റ്ററിലേക്ക് കേറ്റിക്കളയും ഓൻ. ഊണിലും ഉറക്കത്തിലും പാർട്ടീന്നും ചിന്തിച്ച് നടക്ക്ണ ഓൻക്ക് ഫോട്ടം കണ്ടാൽ മ്മാന്റെയാണോന്നൊന്നും നോക്കാൻ ചിലപ്പോ നേരംണ്ടാവൂല.

അതു വിട്ടു.

പതുക്കെ മോളുടെ അടുത്തേക്ക് വിട്ടു. ഓള് വേണമെങ്കിൽ ഫോട്ടം മാത്രമല്ല....ഒരു പോസ്റ്റ് തന്നെ ഇട്ടോളും...... ഓൾക്കും ത്തിരി എഴുത്തിന്റെ അസ്കിത ണ്ടേയ്.

പ്രതീക്ഷയോടെ ചെന്നു നോക്കിയപ്പോൾ 12 പേജ് പഠിക്കാനുള്ള ടാർജറ്റ് തലക്കിട്ട് വെച്ചിട്ട് നല്ല ഉറക്കത്തിലാണ് കക്ഷി. ദോഷം പറയരുതല്ലോ ഉറങ്ങിയാൽ പിന്നെ മ്മാന്റെ ഡേ പോയിട്ട് ...... മ്മാന്റെ അവസാനം ന്ന് കേട്ടാൽ പോലും അറിയൂല.

ന്നാലും ഞാനൊരു ശ്രമം നടത്തി നോക്കി. പഠിക്കണ്ടേ മോളേ എന്നൊക്കെയൊന്ന് വിളിച്ചു നോക്കി. എബടെ !?

അങ്ങനെ ഫുൾ നിരാശയിൽ ഞാൻ മ്മളെ കെട്ട്യോന്റടുത്ത് തന്നെ തിരിച്ചെത്തി.

അല്ല! മ്മളെ 6 മക്കളുടെ ഉമ്മയാക്കി വാഴിച്ച ആളല്ലേ...... ആണെങ്കിൽ 24 മണിക്കൂർ ഫോണിലും. ഉമ്മാന്റെ ഉപ്പാന്റെ മകളുടെ എന്നല്ല സകലമാന സ്റ്റാറ്റസുകളും കയ്യിൽ സ്റ്റോക്കും ഉണ്ട്.

രാവിലെ തേച്ച് കൊടുത്ത തൈലത്തിനെപ്പറ്റിയോ മറ്റോ പറഞ്ഞ് പത്ക്കെ വർത്താനം തുടങ്ങാം എന്നും കരുതി മയത്തിൽ ചെന്ന് നോക്കിയപ്പോ ആളെ കെടത്തിയ സ്ഥലത്ത് കാണാനില്ല.

അപ്പഴുണ്ട് ആള് കുപ്പായമൊക്കെ മാറ്റി കുട്ടപ്പനായി നിൽക്കാ

..... ഒരവിഞ്ഞ ചിരി ഫിറ്റ് ചെയ്ത് കള്ള ലക്ഷണവുമായി നിൽക്കുന്ന ആളെ ഞാൻ കയ്യോടെ പിടിച്ചു.

'എങ്ങട്ടാ ' ഞാൻ കലിപ്പ് കുറച്ചില്ല.

'അൽഷിഫേൽ പോയി ഒരിഞ്ചക്ഷൻ എടുത്തു വന്നാലോന്നാലോചിക്യാ ' മൂപ്പര് പറയണ കേട്ടാൽ തോന്നും ആലോചിച്ച് അഭിപ്രായം ചോദിക്യാണ് ന്ന്.. തൊപ്പി വരെ ഇട്ടിട്ടുള്ള നിൽപ്പാണ്.

രണ്ടീസം മുമ്പ് ഈ ഇഞ്ചക്ഷൻ വെച്ചീന്നെങ്കിൽ എന്തായ്നു എന്ന ഒരു ഭാവത്തിൽ ഞാൻ അല്പം രൂക്ഷമായിത്തന്നെ മൂപ്പരെ നോക്കി.

അത് മനസ്സിലാകാത്ത ഭാവേന മൂപ്പര് പറയാ ...... 'ഇനിയും മാറാതിരുന്നാൽ മ്മക്ക് വെക്കേഷന് എങ്ങട്ടും ഒന്ന് പോകാൻ ഒക്കൂല. ' നല്ല പഞ്ചാര ഒലിക്കുന്നുണ്ട്.

ഇനിയും മാറീട്ടില്ലെങ്കിൽ അടുത്ത ദിവസം ഉള്ള ഏതോ ഒരു യാത്ര മുടങ്ങും. അതിനാണ്. ഇൻക്കതറിയാം. ഞാൻ ഒന്നും മിണ്ടിയില്ല.

ന്തായാലും കെട്ട്യോളെ മദറാക്കിയെന്നല്ലാതെ അതിനിനിയൊരു പോസ്റ്റും കൂടിയൊന്നും മൂപ്പര് ഇടുംന്ന് പ്രതീക്ഷിക്കണ്ട .

ന്തായാലും ഞാനിക്കണ്ട ആൾക്കാരുടെയൊക്കെ ഒപ്പം ഉള്ള ഒരു പോട്ടം അങ്ങ് പോസ്റ്റി.

മദർ ഇൻ എ ഫാമിലി ഈസ് നോട്ട് ഏൻ ഈസി ടാസ്ക് .

ഇനി അടുത്ത കൊല്ലം നോക്കാം.

കിട്ട്ണ അവസരത്തിലെല്ലാം ഓരോരുത്തരുടെയും ഒപ്പം ഉള്ള പോട്ടം ഞാൻ പിടിക്കലുണ്ട്.

അതൊക്കെ ഈ മദേർസ് ഡേക്ക് പോസ്റ്റാനാണ്ന്ന് ഓൽക്കൊന്നും മനസ്സിലായിട്ടില്ല.

ഞ്ഞി പറഞ്ഞ് കൊടുക്കണം.

അല്ലേൽത്തന്നെ എന്തോന്ന് മദേർസ് ഡേ .....

ഒക്കെ മ്മക്ക് ഡേ തന്നല്ലേ....

വാൽക്ഷണം:

ഒന്നും ല്ല.....

തലല്ലാതെന്ത് വാല് ?!

മോഹങ്ങളുടെ ജെൻഡർ.

പെൺ നോവുകൾ കവിതയായെഴുതിയതിന് താഴെ ഒരു സുഹൃത്ത് ഇപ്പോ ലിംഗ സമത്വത്തിന്റെ കാലമല്ലേ എന്ന് എഴുതിയത് വായിച്ചിട്ടാണ് ഞാനും കെട്ട്യോനും ചർച്ചക്കിരുന്നത്.

ഏതൊരു സമാധാന ചർച്ചയേയും യുദ്ധമാക്കി മാറ്റാൻ കഴിവുള്ളയാളാണ് എന്റെ കെട്ട്യോൻ.

ഞാനാകട്ടെ യുദ്ധത്തിലും ചർച്ച നടത്താൻ താൽപര്യപ്പെടുന്നയാളും.

ഇനി അഥവാ ഒരു യുദ്ധസമാന സാഹചര്യം വന്നാലും അതിൽ ഒരു മുൻതൂക്കം ഞാൻ എന്ന എന്റെ കക്ഷിക്ക് കിട്ടണമെന്ന താൽപര്യത്തോടെ ഞാൻ അങ്ങേരുടെ കൈകൾ എന്റെ കയ്യിൽ കോർത്ത് പിടിച്ചിട്ടുണ്ട്.

ഞാൻ: അതേയ് ..... ഇത്ര കാലത്തിനിടക്ക് ഇങ്ങളെ ഏതൊക്കെ മോഹങ്ങളാ നടക്കാതെ പോയിട്ടുള്ളത്?

കെട്ട്യോൻ: അങ്ങനെ ചോയ്ക്കാനെന്താ കാര്യം? അന്റെ മോഹങ്ങളൊക്കെ നടന്നോ?

ഞാൻ: അല്ലാ.... ഞാനീ കവിതയെഴുതിയപ്പോ........

ഞാനാ കരങ്ങൾ മൃദുവായി തലോടിക്കൊണ്ടിരുന്നു. വല്യ കനപ്പെട്ട ഉത്തരങ്ങൾ വരാതിരിക്കാനാണ്.

കെട്ട്യോൻ: ഇത് വരെ മോഹങ്ങളൊക്കെ നടന്നിട്ടുണ്ട്. മിക്സഡ് സ്കൂളിൽ പഠിക്കാൻ പറ്റീല, പ്രേമിക്കാൻ പറ്റീല്ല, ബീഡിക്കമ്പനി മുതലാളിന്റെ മോളെ കെട്ടാൻ പറ്റീല ..... അങ്ങനെ ചെലേ കാര്യങ്ങളൊന്നും നടന്നില്ല.

ഞാൻ കൈ വിട്ടു.

അയ്യട! അങ്ങനിപ്പം സുഖിക്കണ്ട. മൂപ്പരുടെ നടക്കാതെ പോയ മോഹങ്ങൾ മൊത്തം എന്റെ തലക്കിട്ടു തന്നെ വന്നു വീണ കെറുവിൽ ഞാനൊന്നു മുഖം വീർപ്പിച്ചു കാട്ടി.

അങ്ങേരുടെ മുഖമാകട്ടെ വല്ല ഹരിശ്രീ അശോകന്റെ ഡയലോഗ് കേട്ട പോലെ സിറി തന്നെ.

മൂപ്പര് ന്റെ കയ്യ് തിരിച്ചു പിടിച്ചു.

'ഇനി ഇയ്യ് പറ '

കൈ തലോടാതെ തന്നെ ഞാൻ മൃദുവായി. എന്നിട്ട് പറഞ്ഞു.

'വിചാരിച്ച സമയത്ത് ഗൾഫിൽ നല്ല ജോലി, അവിടെ കുടുംബത്തോടൊപ്പം താമസം, ആഗ്രഹിച്ച പോലെ ജോലിയിൽ നിന്നും പിരിയൽ , ആഗ്രഹിച്ചതിലേറെ കുട്ടികൾ, നല്ലോരു ഭാര്യ, ഇപ്പോ യാതൊരു നിയന്ത്രണവുമില്ലാതെ ലോകം മൊത്തം കറങ്ങലും. ഇതൊക്കെ ആരും മോഹിച്ചു പോവുലെ?'

അപ്പോ മൂപ്പര് പറയാ : സത്യാണ്. ഞാൻ ഈ യാത്രകൾ നടത്തി എന്നൊക്കെ കേൾക്കുമ്പത്തന്നെ പലർക്കും അതിശയാ... പക്ഷേ .....

ഞാൻ: എന്തു പക്ഷേ ?

കെട്യോൻ: കൊറച്ചൂടി നല്ലൊരു ഭാര്യ പറ്റുമായിരുന്നു ,

ലേ ....

ഞാൻ കൈ കുതറി. അങ്ങേരെന്നെ മുറുക്കിപ്പിടിച്ചിട്ട് പറയാ....

'പിന്നേ ...... ഇൻക്ക് 12 മക്കള് വേണം ന്നായിരുന്നു. '

ഞാൻ ഒരൊറ്റച്ചാട്ടം. കാർ പെറ്റിൽ കാൽ കുത്തി വീണു പോയി. പിടിച്ചെണീക്കാൻ വേറെ വകുപ്പൊന്നും ഇല്ലാത്തോണ്ട് ആ കൈകൾ തന്നെ പിടിച്ചു.

ഞാൻ: എന്റെ മോഹങ്ങൾ പലതും നടന്നിട്ടില്ല.

മൂപ്പർക്ക് ഒരു കൊട്ട് എന്ന ഉദ്ദേശത്തിലാണ് തുടങ്ങിയത്. പിന്നെ വിചാരിച്ചു വേണ്ട. പലതിന്റെയും പിറകിൽ എന്റെ പിടിവാശിക്കുറവും കാരണമാണ്.

ഇപ്പോഴാണെങ്കിൽ ഞാൻ ആശകൾ തിരിച്ചു പിടിക്കുന്ന തിരക്കിലുമാണ്. അപ്പോ പിന്നെ അതു പറയാം എന്ന് വെച്ചു.

ഞാൻ: ഇപ്പോ പിന്നെ ഞാൻ എന്റെ ഓരോ ഇഷ്ടങ്ങൾ നടപ്പാക്കിക്കോണ്ടിരിക്കുന്നു.

കെട്യോൻ: എന്തൊക്കെയാണ് ഇപ്പൊ നടപ്പാക്കിയത് ? ഇനിയെന്തൊക്കെയുണ്ട് നടത്താൻ ?

എന്നെ ഒന്നാക്കിയിട്ടാണെങ്കിലും സ്നേഹത്തോടെയാണ് ചോദ്യം.

ഞാൻ: തണുത്ത പുലരികളിൽ ഇടക്കെങ്കിലും ചുമ്മാ പുറത്തിറങ്ങിയിരുന്ന് ചായ കുടിക്കാൻ ,

ബസിൽ ഒറ്റക്ക് യാതൊരു ബേജാറുമില്ലാതെ കുറേ ദൂരം സ്വപ്നം കണ്ട് യാത്ര ചെയ്യാൻ, വായിക്കാൻ, എഴുതാൻ........

കെട്യോൻ: ഇതൊക്കെ നടക്കണുണ്ടല്ലോ ..... ഇനിയെന്താ?

ഞാൻ: ആരും ഇല്ലാത്ത ഒരീസം ഉണക്കമീനിന്റെ പുളിങ്കറിയുണ്ടാക്കി ചോറ് തിന്നണം. (മൂപ്പര് ക്ക് ഉണക്കമീൻ ദർശിക്കാൻ പോലും ഇഷ്ടല്ല)

കെട്യോൻ: അത് ഞാൻ വാങ്ങിത്തരാലോ ..... പിന്നെ ?

ഞാൻ: മഴയത്ത് (മണ്ണാർക്കാട്) പുഴയിൽ പോണം.

കെട്യോൻ : അത് മ്മക്ക് പോവാം . ഞ്ഞിണ്ടോ?

ഞാൻ: എനിക്ക് പ്രണയിക്കണം.

കെട്യോൻ: അത് നടക്കൂല മോളേ ..... ഈ വയസാം കാലത്ത് ഇനി ആര് പ്രണയിക്കാനാ അന്നെ.

ഞാൻ: ഇൻക്ക് പ്രണയിക്കാനാ .... ഇങ്ങളെ പ്രണയിക്കാലോ....

കെട്യോനാകെയൊന്നുഷാറായി: കഥ കവിത ന്നൊക്കെ പറഞ്ഞ് ഓരോന്ന് എഴുതണേന്റെ ഓരോ ഗുണങ്ങളേ

യ്യ് പ്രണയിച്ചൊ മുത്തേ

മൂപ്പർക്ക് സന്തോഷമായതിന്റെ ഇടയിൽക്കൂടെ ന്റെ ഒന്ന് രണ്ടാഗ്രഹങ്ങളും കൂടി നടക്ക്ണ് ണ്ട്.

അങ്ങനെ ഒരു ചെലവുമില്ലാത്ത എന്റെ ഒരു പാട് ആഗ്രഹങ്ങൾ നടത്തിയും നടത്താമെന്ന് വാക്ക് തന്നും ഞങ്ങളുടെ ചർച്ച നീണ്ടപ്പോൾ നിർത്താൻ വേണ്ടി ഞാൻ ഒരു ചോദ്യം ചോയ്ച്ചു.

'അല്ലാ ..... ഇങ്ങക്ക് ഇനി എന്തൊക്കെയാണ് ആഗ്രഹങ്ങൾ ബാക്കിയുള്ളത്. '

'കാണാൻ ബാക്കിയുള്ള രാജ്യങ്ങൾ കാണണം. '

ഒ കൊഴപ്പല്ല്യ (ഞാൻ ആത്മ)

'അമേരിക്കയിൽ കൊറച്ചു കാലം താമസിക്കണം '

തരക്കേടില്ല. (ഞാൻ ആത്മ)

'ലണ്ടനിലും അമേരിക്കയിലും വീണ്ടും പോ വണം. പറ്റിയാൽ ലണ്ടൻ സിറ്റീസൺഷിപ്പ് എടുക്കണം. '

പടച്ച റബ്ബേ..... ന്റെ പ്രണയം, മണ്ണാർക്കാട്ടെ പുഴ ....(ഞാൻ ആത്മ)

'അല്ല ..... അനക്ക് എവിടേക്കും യാത്ര പോകണ്ടേ?' അടുത്ത ചോദ്യം വന്നു.

ഇനിയും ഉണക്ക മീൻ ചാറും കൂട്ടി ഇവിടെയിരുന്ന് പ്രണയിച്ചാൽ എന്റെ പ്രണയം ലണ്ടൻ സിറ്റിസൺഷിപ്പെടുത്ത് കടൽ കടക്കുമെന്ന ഭയത്തിൽ .....

ഞാൻ ചറപറാന്ന് മോഹിച്ചു.

'വർക്കല ബീച്ചിൽ ഒരിക്കൽ കൂടി അസ്തമയം കാണണം.

കന്യാകുമാരി പോയി ഉദയവും അസ്തമയവും കാണണം.

ലക്ഷദ്വീപിലെ തെളിഞ്ഞ കടലിൽ പവിഴപ്പുറ്റുകൾ കാണണം.

മഞ്ഞുമൂടിയ കാശ്മീരിന്റെ സ്വർഗ സൗന്ദര്യം കാണണം........'

നിർത്ത് , നിർത്ത് , നിർത്ത് ന്ന് മൂപ്പര് ചാടിക്കേറിയതോണ്ടാ.....ല്ലേൽ ..... ഇനീം ണ്ടാർന്നു.

ഇതാണ് ......

മോഹങ്ങൾക്ക് ജെൻഡറുണ്ടോ എന്നറിയില്ല.

അതിരില്ല എന്നറിയാം.

കുഞ്ഞു പാത്തുമ്മ

സുൽത്താൻ ആ മരച്ചുവട്ടിൽ തന്നെയാണ് ഇരിക്കുന്നത്. അത് പക്ഷെ ഒരു ചിനാർ മരമാണല്ലോ ......

ശരിയാണ് , ഇത് കാശ്മീറല്ലേ ? കാശ്മീറിൽ മാങ്കോസ്റ്റിൻ മരമില്ലായിരിക്കും. അതാവും സുൽത്താൻ ചിനാർ മരച്ചുവട്ടിൽ ഇരിക്കുന്നത്.

എത്ര കാലമായിട്ടുള്ള ആഗ്രഹമാണ് അദ്ദേഹത്തെ ഒന്നു കാണാൻ!!!

ഞാൻ പതിയെ നടന്നു ചെന്ന് ആ ചാരു കസേരയുടെ അരികിൽ നിന്നു. എന്റെ കാലുകൾ, വീണു കിടക്കുന്ന ഉണങ്ങിയ ഇലകളിൽ പതിഞ്ഞ ശബ്ദം കേട്ടാവണം അദ്ദേഹം വായിച്ചു കൊണ്ടിരുന്ന പുസ്തകത്തിൽ നിന്നും മുഖമുയർത്തി. കണ്ണട മൂക്കിലേക്കമർത്തി വെച്ച് എന്നെ നോക്കി.

ഞാൻ ആ മുഖത്തേക്ക് സൂക്ഷിച്ചു നോക്കി. മുഖത്തെ ഗൗരവത്തിനുള്ളിലായി കാരുണ്യവും സ്നേഹവും തിരഞ്ഞു.

‘ഉം ? എന്താ ? ആരാ ? ’ ഗൗരവം മുറ്റിയ ചോദ്യം വന്നു.

‘ ഞാ....ഞാൻ ..... കേരളത്തിൽ നിന്നാണ്. അങ്ങയെ കണ്ട് വന്നതാണ്. ’ വിക്കി വിക്കിപ്പറഞ്ഞൊപ്പിച്ചു.

‘ങും...... പേര് കുഞ്ഞു പാത്തുമ്മ എന്നല്ലേ ? ’ അടുത്ത ചോദ്യം

‘ എന്റുമ്മയാണ് പാത്തുമ്മ. ഞാൻ വർദ .... ’ ഞാൻ നാണിച്ചു പോയി.

‘ങേ..... കഴുകനെപ്പോലെ ഇരിക്കുന്ന നിനക്ക് പനിനീർ പൂവെന്ന് പേരിട്ടതാരാ ? ’ വീണ്ടും കളിയാക്കൽ.

‘ഞാൻ .... ഉപ്പ ...... പൂക്കൾ ’ സങ്കടം കൊണ്ട് ഞാൻ കരഞ്ഞു പോയി.

‘ മണ്ടൂസെ, നിന്നെ ഞാൻ കുഞ്ഞു പാത്തുമ്മ എന്നു

വിളിക്കാം. പെൺകുട്ടികൾക്ക് എന്നല്ല ആഗോള ചരാചരങ്ങൾക്കത്രയും സ്വഭാവമാണ് സൗന്ദര്യം. ' കാരുണ്യം നിറഞ്ഞ ശബ്ദത്തിൽ എന്റെ സങ്കടങ്ങളത്രയും അതിർത്തി കടന്നു.

'എവിടെ നിന്റെ നിസാർ അഹമ്മദ് ? ' ചോദ്യം കേട്ട ഞാൻ ഇക്കാനെ നോക്കി. അരികിലേക്ക് വിളിച്ചു.

'എന്തിനാണ് നീ എന്നെ തിരഞ്ഞു വന്നത്?' അടുത്ത ചോദ്യത്തോടെ ഇക്ക ഞങ്ങൾക്കടുത്തെത്തിയിരുന്നു.

'എന്റെ കഥകൾക്ക് ഒരു അവതാരിക എഴുതിത്തരാൻ ...... ' ഞാൻ പേടിയോടെ പറഞ്ഞു.

' മകളെ ...... കുഞ്ഞു പാത്തുമ്മ..... നിന്റെ ഉമ്മാക്ക് .... ആനക്കാരൻ ഉപ്പൂപ്പയുണ്ടായിരുന്നു. അതിന് നിന്റുമ്മ മെതിയടി ഇട്ട് നടക്കാറുമുണ്ടായിരുന്നു.

അതുപോലെ നിന്റെ മുൻ തലമുറയിലാരോ എഴുത്തുകാരുണ്ടായിരുന്നു എന്ന് കരുതി നിനക്ക് കഥ എഴുതാൻ കഴിയുമോ? നിന്നെ നിസാർ അഹമദ് അക്ഷരങ്ങൾ പഠിപ്പിച്ച് തീർന്നൊ ? ' പകുതി കളിചേർത്ത് അദ്ദേഹം പറഞ്ഞ വാക്കുകൾ കേട്ട് ഇക്ക പൊട്ടിച്ചിരിക്കാൻ തുടങ്ങി.

ഞാൻ പതിയെ തിരിഞ്ഞു നോക്കി. സുൽത്താൻ ഇരുന്നയിടം ശൂന്യമാണെന്ന് തോന്നി. എന്റെ എഴുത്തിനെ സ്വതേ കളിയാക്കാറുള്ള ഇക്കാടെ ചിരി ഇനിയും നിന്നിട്ടില്ല. എനിക്ക് ദേഷ്യം വന്നു. സർവ ശക്തിയുമെടുത്ത് ഇക്കാനെ ആഞ്ഞു തള്ളി. 'വീഴട്ടെ ...... ചിനാർ മരത്തിന്റെ ഇലകളിൽ പൂണ്ടു പോവട്ടെ. '

****

'അല്ലാഹ് .... പടച്ചോനേ .... എന്താടീ ഇയ്യ് കാട്ടണത്? മനുഷ്യന്റെ തല പൊളിയുമല്ലോ ...... ' ഇക്ക ഒച്ചയിടുന്നത് കേട്ട ഞാൻ ചാടി എണീറ്റു.

ഹയ്യോ...

എവിടെ എന്റെ ബേപ്പൂർ സുൽത്താൻ ?

എവിടെ ചിനാർ മരം?

എവിടെ മുഗൾ ഗാർഡൻ?

എവിടെ നിസാർ അഹമ്മദ്?

ഞാൻ കണ്ണു തിരുമ്മി.

‘ ഒന്ന് കയ്യ് പിടിക്കെടീ .... മനുഷ്യന് എണീക്കാൻ കഴിയുന്നില്ല. ’ ദേ ഇക്കാടെ ശബ്ദം വീണ്ടും,

അതാ കട്ടിലിന്റെ താഴെ അദ്ദേഹം ചുരുണ്ടു കിടക്കുന്നു.

ഞാൻ നീട്ടിയ കൈകളിൽ പിടിച്ച് എഴുന്നേറ്റയാൾ ബെഡിൽ കിടന്ന അതേ നിമിഷം ഞാൻ ബാത്ത്റൂമിലേക്കോടി.

പല നിർണായക ഘട്ടങ്ങളിലുമെന്ന പോലെ അപ്പോഴും ബാത്ത്റൂം തന്നെ എന്നെ തുണച്ചു.

മകൾ

ഇന്ന് , തികച്ചും സാധാരണമട്ടിൽ പ്രഭാത പ്രാർത്ഥനക്കു ശേഷം കിടന്നപ്പഴാണ് പ്രിയതമന്റെ മുന്നിൽ മേലാകെയുള്ള വേദനയുടെ പരാതിപ്പെട്ടി തുറന്നത്.

അർദ്ധശതകം എത്താറായ പ്രായത്തിന്റെ വിഹ്വലത ആണെന്നറിയാമെങ്കിലും അവന്റെ നെഞ്ചിൻ ചൂടിൽ ഒന്നു കുറുകാനുള്ള കൊതി കൊണ്ട് മാത്രം !!!

കരലാളനകളിൽ പല കാമനകൾ തിരഞ്ഞുകൊണ്ടിരുന്നവന് അതത്ര ബോധിച്ചു കാണില്ല. 'ന്നാ കുറച്ചൂടി ഉറങ്ങിക്കോ ' എന്ന പറച്ചിലിന്ന് അല്പം കനമുണ്ടായിരുന്നു.

വർഷങ്ങളുടെ പഴക്കം കൊണ്ട് കനപ്പെട്ട വാക്കുകൾ താരാട്ടു പോലെ അനുഭവപ്പെട്ടതിനാലും രാത്രിയിൽ ഉറക്കമില്ലായ്മ എന്ന ഒരു പ്രയാസമുള്ളതിനാലും കൺപോളകൾ അടഞ്ഞുപോയി.

കാലംതെറ്റിപ്പിറന്ന കുഞ്ഞിന്റെ കരച്ചിൽ കേട്ടാണ് ഉറക്കത്തിൽ നിന്നും ഉണർന്നത്. സമയം 8.30 മാ. മക്കളിൽ പലർക്കും ക്ലാസും ഓഫീസുമൊക്കെയുണ്ട്. 8 ന് or 8.30 ന് നാസ്ത കഴിക്കുന്നതാണ്.

ഇതെന്തുപറ്റി? ഓഹ് : പാചകവിദഗ്ധനായ പ്രിയതമൻ സ്വന്തം പത്നിയുടെ ശാരീരിക അവശത പരിഗണിച്ച് അടുക്കളയിൽ കയറി ഇഡലിയും ചട്നിയും ഉണ്ടാക്കിക്കാണും. (ആത്മഗതിച്ചതാ ......)

പതിയെ റൂമിൽ നിന്നും പുറത്തിറങ്ങി നോക്കി. ഒരുത്തൻ (എന്റെ മകനാണ് കെട്ടോ) സോഫയിൽ ചടഞ്ഞിരുന്ന് ഫോണിൽ ആരോടോ കുറുകുകയാണ്. ശബ്ദം പുറത്തേക്ക് കേൾക്കാത്തതു കൊണ്ടും കേൾക്കുന്ന ശബ്ദത്തിന്റെ ഈണം കൊണ്ടും മറുപുറത്തുള്ളത് ഏതോ ഒരു ഹതഭാഗ്യയാണെന്ന് മനസ്സിലായി. ഏതോ ഒരു മകൾ !!! അവനെ വിളിച്ച് നാല് വഴക്കു പറഞ്ഞു. ജോലിയും കൂലിയുമില്ലാത്തവൻ ഒരു

പെണ്ണിനെ ട്രാപ്പിലാക്കരുതെന്ന് ഉപദേശിച്ചു. ആജ കൂടിക്കാണണം. വിറയലു വന്നു ......

പതിയെ അടുക്കളയിൽ ചെന്നു. കിടന്നകിടപ്പിൽ എത്രനേരം കിടന്നു പോയാലും ബോധം പോയതാണോ മരിച്ചതാണോ എന്നന്വേഷിക്കപ്പെടാറില്ലാത്ത എന്റെ അതേ അവസ്ഥയിൽ ഇഡലിമാവിന്റെ ചെമ്പ് തലേന്നു രാത്രി വെച്ച അതേ സ്ഥലത്തുണ്ട്. എന്റെ പാദസ്പർശം കാത്തെന്നപോലെ അടുക്കള, ഉണർന്നിട്ടും കിടക്കപ്പായ വിടാതെ കിടപ്പുണ്ട്.

എനിക്ക് ദേഷ്യം വിറഞ്ഞു കയറി വന്നു. മോൾ എന്റെ മോൾ ചെവി രണ്ടും അടച്ചുകെട്ടി (ഹെഡ്ഫോൺ വെച്ച്) ലാപ്ടോപിൽ കണ്ണുനട്ടിരിക്കുകയാണ്. എന്തു പറഞ്ഞാലും കേൾക്കില്ല എന്ന് ഉറപ്പാണ്. പക്ഷേ ഞാൻ വരുന്ന വരവ് അത്ര പന്തിയല്ലാത്തതിനാൽ അവൾ വലതു കൈ കൊണ്ട് ആ ചെവിയെ മാത്രം സ്വതന്ത്രമാക്കി.

‘ഇങ്ങക്കൊന്നും തിന്നാനൊന്നും വേണ്ടേ’

കടന്നുവന്ന മുഴുവൻ ജീവിത വിഷമ ഘട്ടങ്ങളോടുമുള്ള പക എന്റെ ശബ്ദത്തിൽ മുഴങ്ങിയിരുന്നു. അവളുടെ സ്വതേ വിടർന്ന ഉണ്ടക്കണ്ണുകൾ പുറത്തേക്കു ചാടാൻ വെമ്പി. ‘അത് ......ഞാൻ .....ക്ലാസ് ..... ’

അപ്പോഴാണ് പൂച്ചയെപ്പോലെ ആ റൂമിലെ ബെഡിൽ ചമ്രം പടിഞ്ഞിരുന്ന് ഫോണിൽ തോണ്ടിക്കളിക്കുന്ന അവളുടെ ബാപ്പയെ കണ്ടത്.

എന്റെ കെട്ട്യോൻ.

യൂ ട്യൂബ് ചാനലിൽ പൂ പോലുള്ള ഇഡലിയും ചട്നിയും ഉണ്ടാക്കി വിളമ്പുന്നതിന്റെ താഴെയുള്ള കമന്റ് ബോക്സിൽ

‘ഇങ്ങളെ ഭാര്യന്റെ ഒരു ഭാഗ്യം’

എന്ന് ഏതോ ഒരുത്തി എഴുതിയത് വായിച്ച് രോമാഞ്ച പുളകിതനാവുകയാവും എന്ന തോന്നൽ തലയിൽ വന്നതോടെ ഞാൻ നിയന്ത്രണം വിട്ട് പൊട്ടിത്തെറിച്ചു.

‘ഇത്ര നേരം എണീറ്റ് കാണാഞ്ഞപ്പോ ചത്തോന്നൊന്ന് ...... ’ ശബ്ദമിടറിയതിനാൽ ബാക്കി നിർത്തിവെച്ച് ....

ആവശ്യമുണ്ടെങ്കിൽ ഊഹിച്ചോട്ടെ. ഞാനടുക്കളയിലേക്ക് ചവിട്ടിത്തുള്ളി പോയി.

ഉള്ളി തക്കാളി മുളക് ഇഞ്ചി ...... വെളിച്ചെണ്ണയിൽ വാട്ടി ചട്നി ഉണ്ടാക്കുന്നതിനൊപ്പം ഇഡലിത്തട്ടും അടുപ്പത്തു കേറ്റി. പാൽ കാച്ചി. 9.40 ആയപ്പഴേക്കും ഇഡലിയും ചട്നിയും റെഡിയായി.

'ബ്രേക്ഫാസ്റ്റ് റെഡിയായിട്ടുണ്ട് . വേണ്ട വർ കഴിച്ചോളു ' എന്ന് അനൗൺസ് ചെയ്ത് ഞാൻ ബാത് റൂമിൽ പോയി. ഒന്നു മേൽകഴുകി ഡ്രെസ് മാറ്റിയിട്ട് ഞാനെന്റെ ചെടികളേയും മീനിനെയുമൊക്കെ നോക്കാൻ പുറത്തിറങ്ങി.

അല്ല പിന്നെ ....

ഒരു പരിഗണനയുമില്ലാത്ത ഈ ജാതി ഐറ്റംസിന്റെ കൂടെ മൈ ഡോഗ് കഴിക്കും ബ്രേക്ഫാസ്റ്റ് . ...

വീട്ടിലുള്ളവരോട് ദേഷ്യമുള്ളതിനാൽ ചെടിക്കൊക്കെ നല്ലണം വെള്ളം കിട്ടി...... രണ്ടു ചട്ടിയിൽ മണ്ണു നിറച്ചു.......

ഉള്ളിൽ കയറി വന്നപ്പോൾ മോൻ ചായയുണ്ടാക്കുന്നുണ്ട്.

'മ്മാക്ക് വേണോ ചായ ? '

..... ഓനോട് വിരോധം കാട്ടണോ.....

വേണ്ടാന്ന് വെച്ചു. ന്തിനാ വെറുതെ ഒരു ചായ കളയണത്. 'പാൽ ഒഴിച്ചിട്ടാണേൽ മതി ' കനത്തിൽ പറഞ്ഞു.

അപ്പഴേക്കും ബാക്കിയുള്ളവർ തിന്ന് കഴിഞ്ഞിട്ടുണ്ട്. പോണ പോക്കിൽ 'ഇഡലിയും ചട്നിയും സൂപ്പറാ ട്ടോ ' ന്ന് മൂപ്പര് (ന്റെ കെട്യോംനേയ്) പറഞ്ഞത് ഞാൻ മൈന്റാക്കീല .....

ഞാൻ യൂ ട്യൂബിലിടലില്ലാന്നേ ഉള്ളൂ ...... സൂപ്പറായിട്ട് തന്നെയാ ണ്ടാക്കല്. (ആത്മഗതം . ഇത് ഞാൻ കുറേ പറയും ...... ഇഷ്ടള്ളോര് കേട്ടാൽ മതി)

എല്ലാരും തിന്നൊഴിഞ്ഞ അടുക്കളയിൽ ഞാൻ തനിച്ചിരുന്ന് ഇഡലിയോടും ചട്നിയോടും ദേഷ്യം തീർത്തു.
അവനുണ്ടാക്കി വെച്ച ചായ മൊത്തം മോന്തി....... അര ഗ്ലാസ് ചായക്ക് വേണ്ടി വന്ന ചെറിയ മോനെ ഇളിഭ്യനാക്കി മടക്കി അയച്ചു ....

അല്ല പിന്നെ ...... ഇന്റർനാഷണൽ ഡോട്ടേഴ്സ് ഡേ എന്നതൊന്നും ആർക്കും അറിയില്ല. ഞാനാണിപ്പൊ ഇവിടത്തെ മ്യോൾ........ ഞാനെന്നെ എന്നെയങ്ങട് ആശംസിക്കാണ്......

ങ്ങള്ക്ക് താത്പര്യം ഉണ്ടെങ്കിൽ ന്റൊപ്പം കൂടിക്കോളിൻ.

www.ingramcontent.com/pod-product-compliance
Ingram Content Group UK Ltd.
Pitfield, Milton Keynes, MK11 3LW, UK
UKHW042125021026
15589UKWH00003B/615

9 789357 046435